மதியின் ரங்கம்மாள்

மலை.மதிதேவன்

ஏலே பதிப்பகம்

மதியின் ரங்கம்மாள் – கதை- கவிதை
© மலை.மதிதேவன் 2021
எழுத்தாளர்: மலை.மதிதேவன்

முகவரி: மலை. மதிதேவன்
வடக்கு குடியிருப்பு
பாண்டுகுடி (அஞ்சல்)
திருவாடானை,
இராமநாடு மாவட்டம் (623404)

gmail. mathivishnu007@gmail.com

முதல் பதிப்பு: செப்டம்பர் 2021

வெளியீடு:
ஏலே பதிப்பகம்
5/175, பாத்திமா நகர்,
கூத்தென்குழி,
திருநெல்வேலி – 627104
தொடர்புக்கு: 9944992571

Mathiyin rangammal – Poetry- Story
All CopyRights Reserved By © malai .mathidhevan 2021
Author: malai .mathidevan
First Edition: September 2021

Published By:
Aelay Publish
5/175, Fathima nagar,
Kuthenkuly,
Tirunelveli -627104
Phone: 9944992571

Design And Executed by

ISBN : 978-93-5533-031-4
Page : 170

தெய்வத்திரு. மு. திருக்கணேசன் அவர்களுக்கும் காதலை கொண்டாடும் காதலர்களுக்கும் இக்கதை சமர்ப்பணம்.

தாய், தந்தை, மற்றும் நண்பர்களுக்கும், இந்த justiceforfuture யை உருவாக்கிய படவரியின் 24,000 நண்பர்களுக்கும் என் மனமார்ந்த நன்றிகள்.

என்றும் அன்புடன்
உங்கள் மலை. மதிதேவன்

அன்புடன்:

இந்த பிரபஞ்சத்தில் உயிர் வாழ்கின்ற அனைத்து ஜீவராசிகளுக்கும் காதல் பொதுவானது. காதலினால் தான் இவ்வுலகமே இயங்கி கொண்டிருக்கிறது. தாய் மீது காதல், தந்தை மீது காதல், உறவினர்கள் மீது காதல், நண்பர்கள் மீது காதல் பொன் மீது காதல்,பொருள் மீது காதல், தீரா ஆசையின் மீது காதல், இவ்வாறு காதல் அனைத்திலும் நிரம்பி வழிகிறது. இந்த காதல் சற்றே விசித்திர குணமுடையது. காதல் ஒன்று தான் ஆனால் அதனை பாவிக்கும் நபர்களுக்கு ஏற்ப மாறுப்படும். காதல் முதலில் ரசிக்க வைக்கும், ஏங்க வைக்கும்,சிரிக்க வைக்கும், தனியாக புலம்ப வைக்கும், காதல் காத்திருக்க வைக்கும், காதல் சேரும்,காதல் பிரியும், காதல் அழவைக்கும், காதல் விழ வைக்கும், வீழ்ந்து எழ வைக்கும், காதல் காயம் தரும்,காதல் மருந்தாகும், காதல் பைத்தியமாக்கும், காதல் புரியாது, காதல் அனைத்தையும் மறக்க செய்யும், கோபங்களை மட்டும் வெளிகாட்டும், அன்பை மறைத்தே வைக்கும், காதல் நினைக்க வைக்கும், நல் நிகழ்வை நிகழ்த்தும், அதில் துன்பத்தை நிரப்பி வைக்கும்.காதல் ரசித்தவர்களை வெறுக்க வைக்கும், வெறுத்தவர்களை அடிக்கடி நினைக்க வைக்கும் .விலகினாலும் காதல் அங்கு இருக்கும், வெறுத்தாலும் காதல் காதலித்துக்கொண்டு தான் இருக்கும். இணைத்து இருப்பவர்களை விட பிரிந்து இருப்பவர்களிடம் தான் காதல் அதிகரிக்கும், அதே காதல் அவர்களை பிரித்தே வைக்கும். இவ்வாறு காதல் அனைத்திலும் நிரம்பி வழிகின்றது.
காதலித்துக்கொண்டிருப்பவர்களுக்காகவும் காதலிக்காக காத்திருப்பவர்களுக்காகவும் காதலிக்க போகின்றவர்களுக்காகவும் இந்த மதியின் ரங்கம்மாள் என்ற படைப்பு. இதில் ஏதேனும் பிழையோ, தவறோ இருப்பின் தயவுடன் மன்னித்து உங்கள் அன்பினையும் ஆதரவினையும் அள்ளிக்கொடுத்து அருளவும்.........

என்னை எப்போதும் ஊக்கமளித்த ஆசிரியர்
திரு. M. ராஜேஷ்வரன், மற்றும் என்றும் உறுதுணையாக
இருக்கும் எனது தந்தை மலைராசு, தாயார் பொற்கொடி
மற்றும் உன்னால் முடியும் என்று எழுத வைத்த எனது
நண்பர்கள் மற்றும் சகோதரிகள், சகோதரர்கள், எனது
அன்புக்குரியவர் மற்றும் ஏலே பதிப்பகம் என இந்த புத்தகம்
உருவாகுவதற்கு காரணமாய் இருந்த அனைவருக்கும்
என்றும் அன்புடன்.

உங்கள்
மலை. மதிதேவன்

என் கனவுகளை அலங்கரிக்கும் உன் நினைவுகளுக்கு அன்பு வணக்கங்கள்.

நினைவில் உள்ளதா? இன்று தான் என் காதலுக்கு தூது செல்ல காகிதத்திற்கு உயிர் கொடுத்த நாள். அன்று தான் என் முதல் கடிதம், என் முதல் பயம், முதல் உரையாடல், முதல் குரலிசை கேட்ட நாள்.

பயம் அறியான் என்ற பட்டத்திற்கு
சொந்தக்காரன் நான்!!.
உன்னை பார்த்ததும் பயந்து ஒளித்தேன் அன்று.

நிலவின் அழகை தூரத்தில் இருந்து தான் ரசிக்க முடியும்,அருகில் வைத்து ரசிக்க முடியாது என்ற கருத்து பிம்பத்தை உடைத்தெரியவே, காகிதத்திற்கு உயிர் கொடுத்தேன் என் காதல் தூதுவனாக.

நட்பு இருக்கு நீ நெஞ்ச நிமித்து என்ற பாடல் வரிகளுக்கேற்ப வரிசையாக நின்றனர். தைரியங்களும் தந்தனர்.

சுற்றியும் ஆட்கள் இருக்க எனக்கு மட்டும் தனி தீவில் தனியாக மாட்டிக்கொண்டதை போல் பயம்.

அங்கிருந்து நீ வந்தாய் சிறு புன்னகையுடன்.
திடிரென என் இதயத்தில் மாரத்தான் ஓட்டம் .சற்றும் குறையவில்லை ஓட்டம் துடித்துக்கொண்டே இருந்து. நானும் அதை வெளிக்காட்டாமல் நடித்துக் கொண்டு இருந்தேன்.

என்னை ஈர்த்தப்படியே படிப்படியாக ஏறினாய் பேருந்தின் படிக்கட்டில். நானும் ஏறினேன். உன் மனதில் அமர நினைத்தேன் முடியவில்லை. ஆதலால் உன் பின் இருக்கையில் அமர்ந்து கொண்டேன்.

நான் பேருந்தில் தான் சென்று கொண்டு இருந்தேன். ஆனால் சொர்க்கத்தில் பறப்பதை போலவே உணர்ந்தேன் தேவதையின் சிரிப்பால்.

பயத்திலே சில நிமிடம், உன் பேச்சு இசையில் சில நிமிடம், ரசித்தப்படியே சில நிமிடம் என்று நிமிடத்தோடு உறவாடினேன்.

இருந்தது இரண்டே அடிதான் இரண்டாயிரம் எண்ணங்கள் தோன்றியது.
எவ்வளவு நேரம் தான் பார்த்துக்கொண்டே இருப்பது பேசிவிடுவோம் என்ற போது வந்த வார்த்தை.......
ஏங்க!! ஏங்க!! ஏங்க!! என்று ஏக்கத்தோடு அழைத்தேன்.

சிலை என்றால் கல் என்று தான் நினைத்தேன் அவள் திரும்பும் முன் வரை! ...

திரும்பி சொல்லுங்க?? என்ற உடனே ஓடை நீரைபோல் ஓடிக்கொண்டே இருந்த வார்த்தைகள் அனைத்தும் கானல் நீராய் மறைய தொடங்கின..

இனியும் வார்த்தைகளை நம்பி பயனில்லை என்று வார்த்தைகளால் உயிர்கொடுத்த காதல் தூதுவனை கையில் எடுத்தேன். அவளிடம் கொடுத்தேன்.

நீ வாங்க மறுத்ததாய். பின்பு வாங்க நினைத்தாய்.

என் முதல் உரையாடலும் அங்கே தான் தொடங்கியது. எனக்கு தமிழ் தெரியாது என்று சொல்லிய படியே கடிதத்தை பிரித்தாய்.

என் முதல் உரையாடலும் அங்கே தான் தொடங்கியது. எனக்கு தமிழ் தெரியாது என்று சொல்லிய படியே கடிதத்தை பிரித்தாய். .

பிரித்த மறுகனமே கையில் கொடுத்தாய். பதற்றமும் பயமும் என்னை ஆட்கொண்டது. இருந்தும் இடைவிடாமல் முயற்சி செய்தேன் காகிதத்திற்கு உயிர் கொடுத்த என் காதல் தூதுவனை உன் கையில் சேர்த்திடவேண்டும் என்று.

பேருந்தில் இருந்து இறங்கி வீட்டுக்கு நடந்து சென்றாய். தெய்வ சிலை ஊர்வலம் சென்றது போல் இருந்தது. நானும்

கலந்து கொண்டேன். ஊர்வலத்தில் என் மனதில் உலா வந்த என்னவளின் பின்னால்.

அது அழகிய தருணம் நடந்து சென்ற இடைவெளியிலும் இடைவிடாமல் பேசுனோம்.உனக்கும் பிடித்திருந்தது. ஆனால் மனதிற்கும் சேர்த்து ஆடை அணிந்திருந்தாய். என்னை பற்றி நண்பர்களிடம் கேட்டறிந்தாய்.

இப்ப கொடுக்கவில்லை என்றால் வேற எப்போ கொடுக்க போகிறோம் என்று ஏங்க இந்தாங்க எல்லாரும் பாங்குராங்க கடிதத்தை வாங்கிகோங்க என்றேன். வேகமா வந்து என்னிடம் பிடிங்கி கொண்டு என் நண்பர்களை பார்த்து திட்டினாய். திகைத்து போய் நின்றேன் திட்டுவாங்க வேண்டியது நான் அவர்கள் ஏன் வாங்கவேண்டும் என்று நினைப்பதற்குள்ளே இருவருமே ஒவ்வொரு திசையிலும் என்னை விட்டு சென்றுவிட்டீர்கள்.

கடிதத்தை கொடுத்து விட்டோமே என்று சந்தோஷ்ப்படுவதா? நண்பர்கள் காயப்பட்டார்களே என்று வருத்தப்படுவதா? என்று குழப்பங்களோடு பேசிக்கொண்டு குழப்பி போனேன் நான். விட்டு போனது நண்பர்கள் அல்லவா திரும்பி வந்தார்கள் என்னை பைக்கில் ஏற்றி சென்றார்கள்.

சூரியனிடம் பேசினேன். மேகங்களோடு சிரித்தேன்.காற்றின் இசையை உணர்தேன். பசித்த போதெல்லாம் ருசித்தேன் உன் நினைவுகளை. என்னிடம் பெரும்மாற்றங்ளை கண்டேன்.உடனே இறைவனை நாடினேன். எனது பிரச்சினைகளை எடுத்து சொன்னேன். உடனே இந்த பிரச்சனையே வேண்டாம் என்றுதான் நான் தனியாக இருக்கிறேன் அமைதியாய் ஓடிவிடு என்றார் அனுமான்.

இறைவனும் இயலாது என்றதால் இடிந்து போனேன். இருப்பினும் என்னை பற்றி இடைவிடாத பேச்சு உன்னிடத்திலே என்று தெரிந்த போது இன்புற்று போனேன். என்னிடம் நடித்ததை போல எல்லாரிடத்திலும் நடிக்க ஆரம்பித்தாய்.எனக்கு அவனை பிடிக்கவில்லை பிறகு எப்படி காதலிப்பேன் என்று.

அவள் இன்னும் கடித்ததை படிக்கவில்லை. ஆனால் நான் அவளை படிக்க ஆரம்பித்துவிட்டேன். இன்னும்

முடிக்கவில்லை, இருந்தும் மறுநாள் தேர்வுக்கு படிக்கவில்லை. அதைப்பற்றி நினைக்கவும் இல்லை. உன்னை நினைக்காமல் இருக்க முடியவில்லை.

அவளை நினைத்து இமைப்பதற்குள் இரவும் கடந்து விட்டது அவள் இமை விழியில் சிறைவைக்க.

என் இரவும் விடிந்தது. கல்லூரியின் பேருந்து பயணமும் தொடங்கியது. தேவதையை மறைந்து பார்த்துவிட்டு தேர்வறைக்குள் என்றேன். எனக்கும் தேர்வுக்கும் சம்மந்தம் இல்லாததை போல.

என்,
தேவதையின்,
பயணம் எனது,
தேர்வு அறையிலும்,
தொடர்ந்தது ,குறும்புகளாய்,
அவளின் நினைவுகள்!

இதில் எங்கு எழுதுவேன் என் தேர்வுகளின் பதிலை .

தேர்வு முடித்து வெளியே வந்தேன். அங்கிருந்து செய்தியும் வந்தது. மச்சான் உங்க ஆளு குரூப் உன்னை தேடுது உஷார இருந்துக்கோ மதி என்றான் என் நண்பன். சுற்றியும் வெயில் வெளுத்து வாங்கியது என்னைய மட்டும் "காஷ்மீர்" விலைக்கு வாங்கியது.

சரிதான் என்று நானும் என் நண்பணும் நடந்து பேருந்து நிலையத்திற்கு சென்றோம்.எனக்கு அலைபேசியில் அழைப்பு வர நானும் எடுத்து பேசிக்கொண்டிருந்தேன்.திடிரென ஒரு குரல் ஏங்க கொஞ்சம் இங்க வாங்க என்று.யாரு என்று பார்ப்பதற்குள் கண்ணெதிரே என்னவள் நின்றுகொண்டிருந்தாய்.

மச்சான் அப்துல் உன்னதான்டா கூப்பிடுறாங்க நீ போட என்றவுடனே சென்றான் என் நண்பன் அப்துல். என்னவளின்

தோழி இளநாச்சி உங்களை இல்லை உங்க நண்பனை வரசொல்லுங்க என்றாள்.

நானோ என் மனதின் பயத்தை விழியில் காட்டாமல் குழந்தையாகவே மாறி புன்னகையோடு சென்றேன். தூரத்தில் இருந்தே பார்த்த நான் இன்று விஐபி தரிசனம் கண்டேன், உன் அருகில் நின்று. உன்னருகில் வந்த உடனே அனைத்தும் செயலிழந்து போனது உயிரை தவிர. நீயோ சொல்லுங்க என்று கூறினாய்.

நான் எப்படி சொல்லுவேன். சில நொடிகளில் உன்னை இமைக்காமல் பார்த்தால் இவ்வுலகம் மறந்து எங்கையோ பறக்கிறேன் என்று நான் எப்படி சொல்லுவேன்.

சொல்லுங்க என்ன பிரச்னை என்று கேட்டாய். நீதான் பிரச்சினை என்று சொல்லகூட தைரியம் இல்லை அடங்காதவன் என்று பெயர் பெற்ற எனக்கு. நான் வாய்பேச முடியாத பெரிய சைஸ் குழந்தையாகவே மாறி நின்றேன்.

பதற்றதில் நண்பன் தலையின் முடியை சரி செய்தேன். தனக்கு தானே பேசிக்கொண்டேன். திட்டிக்கொண்டுருந்த வேளையில் சிரித்துக்கொண்டேன். அவளை தவிர அவளின் அனைத்து தோழியிகளிடம் கதைத்துக்கொண்டேன். நேரமும் போனது அவளருகில் என் மானமும் போனது. இருந்தும் மனம் அதை ஏற்றது.

யார் தான் விரும்பமாட்டார்கள் விரும்பியவர் விருபங்களோடு திட்டுவதை. நான் அவளை மட்டும் விரும்பிருந்தால் சரி நான் அவளின் விருப்பங்களையும் விரும்பினேன். அவளின் சிரிப்பு, கோபம், ஆசை, அவளிடமிருந்து எழும் எல்லாம் அதிசயங்களையும் விருப்பினேன். ஆதலால் அங்கு நின்று அனைத்தையும் ரசித்தேன் ஒரு ரசிகனாய்.

திடீரென சிரிப்பு கலந்த கோவத்தினால் உனக்கும் எனக்கும் செட் ஆகாது. எனக்கு உன்னை பிடிக்கவில்லை. தேவை இல்லாமல் உன் நேரத்தை வீணாக்காதே புருஞ்சுகோ என்று அங்கிருந்து பிரிந்து சென்றாய்பேருந்தில் ஏறி சென்றாய்.

நானும் விடுமுறையில் வீடு திரும்பினேன் வருத்தத்துடன். விருப்பம் இல்லாதவரை விரும்புவது வீண் என்று விருப்பங்களுக்கு விடுதலை கொடுத்தேன். நாட்களும் நகர்ந்தோடியது.அவளோ என்னை பற்றி அறிய ஆரம்பித்தாள்.

அவள் என்னை அறிய ஆரம்பித்துவிட்டால் என்று அடியேனால் அறிய முடியவில்லை. அவளும் பெண் அல்லவா. பெண் மனதிற்குள்ள ரகசியத்தை யாராவது சொல்லதான் முடியுமா?

வழக்கம் போல் இரவு உணவுண்டு படுக்கையில் அமர்ந்து மொபைலில் நண்பர்களுடன் அரட்டை அடித்துக் கொண்டிருந்தேன். அப்பொழுது எனக்குள் சிறு மாற்றம்.இதய அறையில் தொடர்வண்டி தொடர்ந்து ஓடுவதை போல் அதிர்வு கேட்டுக்கொண்டே இருந்தது. வியர்வையும் வழிந்தோடியது.மார்கழி மாதத்தில் யாருக்காவது வியர்வை வந்ததுண்டா? என்ற குழப்பத்திலே மொபைலை வைத்து விட்டு உறங்க சென்றுவிட்டேன்.

இரவு,
கனவில் நீ,
வராமல் இருந்தால் ,
என் விடியல்காலை ஒன்று நிகழுமா?

என்று அவளை நினைத்துக்கொண்டு நித்திரையோடு உறவாடினேன். ஆனால் என்றும் போல் இன்று நித்திரையோடு உறவாடமுடியவில்லை.

எல்லா குழப்பங்களும் ஒன்று சேர்ந்து என்னை சிறப்பாக குழப்பின. வீட்டிலும் பையன் வெளியே எதையோ பார்த்து பயந்துவிட்டான் என்று திருநீர் லாம் பூசி அவர்களிடையே பேசிக்கொண்டனர். நான் எப்படி சொல்லுவேன் வெளியே இல்லை என்னுள்ளே உன்னை பார்த்ததில் இருந்து தான் இவ்வாறு இருக்கிறேன் என்று. நடு இரவானது.

திடிரென மொபைலில் Notification ring வந்தது. என்னடா இந்த நேரத்தில் யாரு என்னிடம் பேச போற என்று மொபைலை

அலட்சியமாக எடுத்தேன். மொபைலை பார்த்தவுடனே அதிர்ச்சியில் உறைந்துபோனேன். ஆம் என் மாற்றத்திற்கும் என் குழப்பங்களுக்கும் இவைதான் காரணமா என்று அதிர்ந்து போனேன்.

என் மனமோ,
சுற்றுலாவிற்கு,,
சென்றது,
போல் சுற்றி,
திரிய ஆரம்பித்துவிட்டது.
கை காலும்
நடனம் ஆட தொடங்கிவிட்டது,
எந்த ஒரு பாடல் இல்லாமல் பயத்தில்,
உதடுகள்,
சிரிப்பில் குழுங்க,
 ஆரம்பித்துவிட்டன.
உள்ளங்களோ
ஐயோ என்னவென்று தெரியவில்லையே
என்று கதற ஆரம்பித்துவிட்டது.
இளையராஜா
இசை ஒடிக்கொண்டிருந்த என் மொபைலில் சாவு மேளமாக கேட்க தொடங்கின.

ஆம் நான் என்றோ ஒரு நாள் எதிர்பார்த்தது, இன்று எதிர்பார்க்காமல் எதார்த்தமாக என் எதிரிலே மொபைலில் notification னாக வந்தது. எனக்கு பீதியும் தந்தது.

ரங்கம்மாள் என்ற பெயரில் இன்ஸ்டெக்ராமில் ஹாய் என்று குறுஞ்செய்தி வந்தது.

பிரம்மையில் ஆட்கொண்ட நான் பிரியமுடன் வணக்கம் என்றேன்.இவை நிழலா ?நிஜமா? என்று அறிய இது கனவா என்று கேட்டேன். பேசி தொடங்கிய வினாடியே bye என்றாய் எனக்கு ஒன்றும் புரியவில்லை.

தெளிந்த நீரோடையில் கல் எறிந்தது போல கலங்கி குழம்பி போனேன். அவளும் சென்றாள் அவளுடன் சேர்ந்து என் தூக்கமும் போனது. எதற்கு வந்தாய் எதற்கு பேசினாய் பிறகு

எதற்கு சென்றாய் என்று விடை தெரியாத வினாவை என்னுள்ளே வினவிக்கொண்டிருந்தேன் விடியும் வரை .

எதுவும் நடக்காதது போல குறுஞ்செய்தி வந்தது good morning என்று.கண் இல்லாதவனுக்கு கலர் டிவியை கொடுத்தது போல எதற்கு இவள் பேசுகிறாள் ஒரு வேளை இருக்குமோ? இது காதலா இருக்குமோ என்று நினைப்பதற்குள் சூனியக்காரி சூழ்நிலைக்கேற்ற நன்றாக குழப்பினாய். எனக்கு உன் மேல் காதல் இல்லை என்றாய். நமக்கிடையே எந்த உறவும் இல்லை என்றாய். ஆனால் குறுஞ்செய்தியில் உறவாடினாய் .எனக்கு ஒன்றும் புரியவில்லை.

நாட்கள் பல கடந்தன.. அவளின் காதல் வார்த்தைகளும் அதிகரித்தன. நானும் பெரும் குழப்பத்திலே பயணம் செய்தேன். காலை முதல் மாலை வரை காதலுடன் உறவாடியவள் இரவு வந்ததுமே யாரோ போல் உரையாடுகிறாள், திட்டுகிறாள், உனக்கும் எனக்கும் ஒன்றும் இல்லை என்கிறாள் பைத்தியக்காரி. எனக்கு புரியவில்லை நான் தான் எதுவும் கேட்கவில்லையே இருப்பினும் இவள் ஏன் தினமும் புலம்புகிறாள் என்று தெரியவில்லை.

இரவு உனக்கும் எனக்கும் சம்பந்தமில்லை என்று சென்றவள் காலை நீயும் நானும் என்று சம்பந்தம்படுத்தி பேசிகிறாள். வாடிக்கையாளன் எனக்கே புரியவில்லை வாசிக்கும் தங்களுக்கா புரியப்போகிறது. புதிராய் புதைந்து கிடக்கும் என்னவளின் காதல்.

அழகு தேவை இல்லை,
ஆடம்பரம் தேவை இல்லை,
அழகே நீ இருந்தால் போதும்,
உன் அரவணைப்பில்,
நான் இருந்தால் போதும்,
வேறெதுவும் தேவையில்லை!
ஆகாயத்தில் ஊஞ்சல் கட்டி,
நிலவின் மீது ஏறி ரசிப்போம்.
நிலவின் ஒளியை விட,
உன் முக ஒளி அழகென்று,
நிலவை பார்த்து கதைத்திடுவோம்!
ஊரை சுற்றும் காற்றைப்போல,
நாம் கலந்து மறைந்திடுவோம்!
இசையாத பொழுதுகள் அனைத்தும் வீணே!
என்று நாள் முழுவதும் இசைத்து மகிழ்ந்திடுவோம்....

என்றெல்லாம் உன்னிடம் சொல்லி காதல் செய்திட ஆசை. ஆனால் நானோ தனிமை என்னும் மாயகாரனிடம் கொட்டிதீர்த்து மகிழ்கிறேன்.

நன்றாக தான் சென்றுக்கொண்டு இருந்தது. திடிரென திடிரென காயவார்த்தையை வாரி வீசினாய். உன்னிடம் பேசி பேசி நான் உன்னிடம் மிகவும் நெருக்கமாகிவிட்டேன். எனக்கு தெரியும் இப்படியெல்லாம் நடக்கும் என்று. இதுக்கு தான் உன்னிடத்தில் நான் பேசவில்லை. இனி உனக்கும் எனக்கும் எந்த சம்பந்தமும் இல்லை என்று சம்பந்தம் இல்லாமல் பேசினாய். தேவையில்லாமல் தொடராதே என்று தேவையற்ற பேச்சை பேசினாய். .

என் இதயத்தில் மட்டும் இல்லை என் இணையத்திலும் உன்னை முடக்குகிறேன் என்று முடக்கி சென்றுவிட்டாள். எனக்கு ஒன்றுமே புரியயவில்லை!!

ஒரு,
நிமிடம்,
அவள் இடத்தில்,
இருந்து யோசித்து,
பார்த்தேன்.
அவள்,
என்னை,
வேண்டாம் என்றது,
என்ன அல்ல,

அப்பாவிற்கு
கஷ்டம் வேண்டாம்.
அம்மாவிற்கு
அழுகை வேண்டாம்.
சொந்தத்திற்கு
சோகம் வேண்டாம்.
என்று தான் சொல்கிறாள்.

இருப்பினும்,
என் காதல்,
அவளை தொடரும்,
அவளை,
காயப்படுத்துவதற்காக அல்ல,
என் காதல்,
காயப்படக்கூடாது,
என்பதற்காக.

நான் அவளிடம் எதையும் கேட்கவில்லை. காதலிப்பதையும் நிறுத்தவில்லை. காலங்கள் உருண்டோடியது. தூரத்தில் நின்று அவளுக்கு இடையூறு இல்லாமல் பார்த்துக்கொண்டிருக்கும் தருணத்தில் எந்த ஒரு இடையூறும் இல்லாமல் மெல்ல மெல்ல இணைந்துக்கொண்டே இருந்தால் எனது இதயத்தில். அவளை பார்ப்பது அவளை பற்றி நினைத்துக்கொண்டே இருப்பதும் ஒருவிதமான போதை பழக்கம் தான். எதற்கும் அடிமையாகாத நான் அவள் எனும் நினைவின் போதைக்கு அடிமையானேன்.

நான் தெளிவாக இருந்தேன். நான் காதலிப்பதால் அவளும் என்னை காதலிக்க வேண்டிய அவசியம் இல்லை என்று. எந்த ஒரு எதிர்பார்ப்பும் இல்லாமல் காதலை அள்ளி கொடுத்துக்கொண்டே இருந்தேன். அந்த காதல் திரும்பி வராது என்று தெரிந்தும். அவளுக்கு தொல்லை தராதவாறு தொலைவில் இருந்துக்கொண்டே தொலைந்து போனேன் அவளின் மை பூசிய கண்களால்.

வழக்கம் போல நண்பர்களோடு அரட்டைகளிலும் சேட்டைகளிலும் தவறாமல் பங்குக்கொண்டேன். எங்கு சென்றாலும் அங்கு சிரிப்பு வனங்களாய் ஆக்கிவிடுவோம். அவளிடம் காதல் இன்னும் என்னை வந்தடையயவில்லை என்று வருத்தம் கொண்டதே இல்லை. அதற்கு காரணம் என் அன்பர்கள் தான் அனைவரும் அன்பை அளவில்லாமல் கொடுத்துக்கொண்டே இருந்தார்கள்.

அன்று இரவு படம் பார்பதற்கு திரையரங்குக்கு சென்றிருந்தோம். திரைக்காட்சி அனைத்திலும் உன்முக காட்சியே. அழுதுக்கொண்டு குருதி வடிந்துக்கொண்டுடிருந்த காட்சியில் நான் சிரித்துக்கொண்டிருந்தேன். எல்லோரும் என்னை பைத்தியக்காரன் என்ற மாறி பார்த்தார்கள். பைத்தியக்காரங்களுக்கு என்ன தெரியும் திரையில் அழுகை காட்சியில்லை என் அழகின் காட்சி என்று.

படம் எப்போது முடியும் என்று காத்துக்கொண்டிருந்தேன். இரவு கனவில் அவள் காட்சியளிப்பாள் என்று. இரவு நீண்டால் அவளின் நிழலை பார்க்காலாம் இரவை விரைவில் கடந்தால் அவளை நிஜத்தில் பார்க்கலாம் ஆனால் இரவை நீள கேட்பேனா இல்லை கடந்திட கேட்பேனா எதிலும் அவமுகம் தானே என்று நிழலையும், நிஜத்தையும் கண்டு ரசித்தேன்..

விடிந்தது விழியில் அவள் முகத்தை பதித்து எழுந்தேன். பக்கத்து கடையில் பால் குடித்துவிட்டு நடத்துக்கொண்டு வந்தேன். என் செய்வேன் என்று தெரியவில்லை சரி குளிப்போம் என்று கிணற்றில் தண்ணீர் எடுத்து குளிக்க ஆரம்பித்தேன். அன்று எல்லாமே வழக்குத்திற்கு மாறாகவே இருந்தது. உணவு உண்ண அன்று கையில் பணமில்லை. என் நண்பன் ராஜா வந்தான் என்னை அழைத்தான் வாடா என்று.

நான் ஏங்கே என்று கேட்டேன். ஏனா என்னிடம் தான் காசு இல்லையே. அவனோ கோவிலுக்கு தான் வா என்றான்.

நானோ நம்ம தான் கோவிலுக்கே போகமாட்டோமே அப்புறம் என்ன கோவிலுக்கு என்றேன். இல்லை இன்று சனிக்கிழமை ஆஞ்சநேயர் கோவிலில் வடையும், பொங்களும் தருவார்கள் என்றான். கையில் வேற காசு இல்லை இதை விட்டால் வேற வழியில்லை என்று நானும் கிளம்பி விட்டேன்.

கோவிலுக்குள் சென்றுவிட்டோம். கூட்டங்கள் கூடிருந்தனர். பரவாயில்லை நமக்கு வடைதான் முக்கியம் என்று சாமி கும்பிடுவதைபோல வரிசையில் நின்றேன். திடீரென அருகில் இருந்த என் நண்பன் ராஜாவை காணவில்லை. எல்லாரும் என்னை பார்க்க ஆரம்பித்தார்கள் உடனே சாமி கும்பிடுவதைபோல கண்களை மூடிக்கொண்டிருந்தேன்.

நெற்றியில் திருநீர் வைப்பதை போல இருந்தது. அப்பாடா ராஜா வந்துவிட்டான் என்று கண்களை திறந்து பார்த்தேன் அதிர்ச்சியில் உடைந்து உறைந்துப்போனேன்.

வரம் கேட்கலாம் என்று கண்களை மூடினால் வரம் தரும் தேவதையே வரமாய் திருநீறுடன் நின்றது என்னெதிரே.என்னால் நம்ம முடியவில்லை. இவள் எப்படி என் நெற்றியில் திருநீறு வைத்தாள்.இப்போது என் செய்வேன் பயமும் அதிகமானது.திரும்பி பார்த்தேன் என் நண்பன் சிரித்தப்படியே நின்றான். என் மனதிற்குள் பொங்கல் வடை கொடுப்பாங்கனு சொல்லி தானேடா கூப்பிட்டு வந்த என்னடா இது என்று கேட்பதற்குள்ளே ஓடிவிட்டான் பாவி.

டேய் என்றேன் இவள் ஹே என்ன என்றாள். நான் ஒன்றுமில்லை என்றேன். அமைதியா வா என்றாய் நானோ வேறு வழி இல்லாம் ம்ம் சரி என்றேன்.

அப்போவே உஷாரா இருந்துருக்கனும் இந்த மூஞ்சிலாம் சாமி கும்மிட வாணு சொல்லும்போதே.. வடை பொங்கலுக்கு ஆசைப்பட்டு நல்லா வசமா மாட்டிக்கிட்டேன்.

அன்று தான் எங்களோட முதல் சந்திப்பு. ஆண்களுக்கும் வெட்கம் வரும் என்று அந்த தருணத்தில் தான் உணர

ஆரம்பித்தேன். வார்த்தைகளால் மட்டுமே பேசிய நான் முதல் முதலில் மௌனங்களால் உரையாட தொடங்கினேன். யாரவது பார்த்துவிடுவார்களோ என்று பாதி பயம். இவள் பார்த்துக்கொண்டே இருக்கிறாளே என்று மீதி பயம். பயத்துடனே பயணித்துக்கொண்டு இருந்தேன்.

மெல்லிசையோடு என் பெயரை அழைத்தாய். . தென்றல் காற்று என்னை தினறடித்ததை போல் இருந்தது. நானோ தலை குனிந்த படியே என்னவென்று கேட்டேன். என்னை பாரு என்றாய். . நான் வெட்க சிரிப்போடு அவளை பார்த்தேன் .குத்திக்கிழிக்க கத்தி தேவை இல்லை கல்நெஞ்சக்காரியின் கண்ணே போதும். பார்த்துக்கே பாதி உயிர் போயிருச்சு.

பேச ஆரம்பித்தாய் பேசிக்கொண்டே இருந்தாய். எனக்கு ஒன்னும் புரியல என்னதான் நடக்குதுன்.வந்தா, திருநீறு வச்சா, உட்கார சொன்னா, கண்ண பார்க்க சொன்னா அவப்பாட்டுக்கு பேசிடே இருக்கா என்னதான்டா நடக்குதுனு மனசுலே கேட்டுக்கிட்டு மண்டைய மண்டைய ஆட்டுனேன் ,அவள் சொல்லும் அனைத்திற்கும்.

பிறகு கையில் இருந்த பொங்கலை ஊட்டிவிட்டாய். . அவ்வளவு தான் மொத்த உசுரும் மொத்தமா போச்சு. கண்ணில் நீர் கசிய ஆரம்பித்தது. இதை விட்டா வேற chance கிடைக்காதுனு நானும் ஊட்டிவிட்டேன். நீ உடனே வாங்கிவிட்டாய். என்னடா அன்னைக்கு கழுவி கழுவி ஊத்துனா இன்னைக்கு அப்படியே வித்தியாசமா இருக்கா.மணி நேரங்கள் கடந்தன. கதைத்துக்கொண்டே இருந்தோம். ரைட்டு கேப்ள fill பண்ணிறவேண்டியது தாஜு, ரங்கம்மா என் இதயத்தின் அங்கமாய் உயிராய் உன்னை காதலிக்கிறேன் என்றேன்.

என் கண்ணில் ஓடிய நதி அவள் கண்ணிலும் தவழ ஆரம்பித்தது. எனக்கு வயிறு கலக்க ஆரம்பித்தது. பயத்தை முகத்தில் காட்டவில்லை. ஆனால் அவள் எதையும் பேசவில்லை. பிறகு வீட்டிற்கு கிளம்பிவிட்டாய்.எனக்கு ஒன்றும் புரியவில்லை இவள் ஏன் எதுவும் சொல்லாமல் சென்றுவிட்டாள் என்று.பிறகு ஏன் இங்க வந்தாய் என்னிடம் உரையாடினாய் .எல்லாம் மாயே போலவே இருந்தது.

நமக்கு இது பழக்கப்பட்டது தானே என்று நானும் எனது ரூம்க்கு சென்றேன். மனசு மகிழ்ச்சியாக இருந்தாலும் எனக்கு ஏதோ ஆனது மாறி இருந்தது. திடிரென மொபைலில் அழைப்பு வந்தது அதில் ரங்கம்மாள் என்ற பெயரோடு வந்தது.

அவளிடம் இருந்து அழைப்பு வந்ததும் அழைக்காமலே வந்தது பதற்றமும் பயமும் . பதற்றத்தை பதுக்கி வைத்து பாவையின் அழைப்பை ஏற்று ஹலோ என்றேன். எனது பெயரை சொல்லி தயங்கி நின்றாய். அவளின் மூச்சுக்காற்று என் காதில் இசையாய் ஒலித்தது. எனக்கும் என்ன செய்வதென்று தெரியாமல் இதயதுடிப்போடு இணைந்திருந்தேன் அலைபேசியில்.மழை வரும் முன் தோன்றும் மேக மூட்டங்களாய் வார்த்தைகள் குவித்து கலைந்து விடுக்கின்றன. காதை கிழித்தெரிகிறது மூச்சுக்காற்றின் இடி. காற்று ஓய்ந்தது மழை வருவதை போல அவளின் மெளனம் கலைத்து பேச தொடங்கிவிட்டால்.

நான் ஏன் கோவிலுக்கு வந்தேன். நான் ஏன் உன்னிடம் பேசினேன். நான் ஏன் இப்படி மாறிவிட்டேன் என்று எனக்கே புரியவில்லை என்றாய். என்னடா இது நான் கேட்கவேண்டிய கேள்விகளை இவளே கேட்டுக்கொண்டு இருக்கிறாள் என்று மனதில் நினைத்துக்கொண்டு ஏன் என்னாச்சு என்று கேட்டேன்.

அதற்கு நீதான் காரணம் என்றவுடனேஅழுக ஆரம்பித்தாய். .ரைடு ஏதோ பெரிய சம்பவம் இருக்கு என்று மனதிற்கு நானே சொல்லிக்கொண்டு இருந்தேன்.அழுகை அதிகரித்தது எனக்கு கவலை அடைய செய்தது. பிறகு ஏன் அழுகிறாய் என்னாச்சு என்று கேட்டேன்.

எனக்கு என் குடும்பம் தான் முக்கியம். அவர்கள் மீது தான் அதிகம் அன்புக்கொண்டுள்ளேன். எனக்கு பயமாக இருக்கிறது. இவை அனைத்தும் உன்னால் மாறிவிடுமோ என்று.

நான் உடனே என்னால் மாறிவிடுமா? நான் என் செய்தேன் என்று அப்பாவி போல் கேட்டேன்.

இது தான்டா என்னை உன் பக்கம் இழுத்தது என்று இன்புற்று சொன்னாய். எனக்கு புரியவில்லை என்ன என்று கேட்டேன். அட எருமை மாடு உன்னை காதலிக்கிறேன் என்று கத்தி சொன்னாய்.

என் கண் கலங்கியது. அவளிடம் என் செவி மயங்கியது. என்னால் நம்பமுடியவில்லை இருந்தும் நம்பினேன் மன்னவளின் குரலிசை கேட்டு. பல மொழிகளில் காதலை சொன்னாய்.மொழி மாறி சொன்னால் என்ன வார்த்தை ஒன்று தானே என்று கேட்டுக்கொண்டு மனதில் பதித்துக்கொண்டு இருந்தேன்.

சற்றே அவள் அமைதியானால்.பிறகு நான் ஆரம்பத்திலே உன்னிடம் காதல் கொண்டவள் நான். காதலை விட என் பயமே என்னை உன்னிடத்தில் நெருங்கவிடாமல் செய்தது. உன் குறும்பு நிறைந்த சேட்டைகளை ரசிக்க ஆரம்பித்து விட்டேன். உனக்குள் இருக்கும் அத்தனையும் என்னை ஆட்கொண்டது. எழுதுகிறாய், வரைகிறாய், சிரிக்கிறாய், அழகாய் இருக்கிறாய், சேட்டைகள் செய்கிறாய், நல்லது செய்கிறாய், என் நினைவுகளை ஆள்கிறாய். யாருக்கு தான் உன்னை பிடிக்காமல் போகும். எனக்கும் உன்னை பிடிக்க ஆரம்பித்துவிட்டது என்றாய்.

கைகள் இரண்டும் இறக்கையாய் மாறி பறக்க ஆரம்பித்தன. இரவையும் பகலையும் கண்டேன் ஒரே நேரத்தில். அனைத்து காதல் பாடல்களும் கை கொடுத்தன. நான் கண்ட கனவுகள் அனைத்தும் என் கண் முன்னே நிகழ தொடங்கிவிட்டன.

சில,
நொடிகள்,
உன்னை,
இமைக்காமல்,
பார்த்தாலே,
இவ்வுலகம மறந்து,
எங்கையோ பறக்கிறேன்!

காத்திருந்த காதலும் சற்று கால தாமதமாகவே என்னை வந்தடைந்தது. நினைத்த நேரத்தில் கதைக்க ஆரம்பித்தோம். வார்த்தைகளுக்கு உயிர்கொடுத்தோம். பேச

துடிக்கும் போது வரும் வார்த்தைகள் பேசும் போது துடிக்க மறுக்கிறது.

நான் என் செய்வேன் பேச விருப்பம் இல்லையா என்று ஏக்கத்தோடு நீ கேட்கும் போது. காதலில் மௌனமொழிக்கு ஒரு சிறப்பு அம்சம் உள்ளது. சொல்லாமலே உணரும் சக்தி கொண்டது, மணிநேர பேசினாலும் அதிகம் இருப்பது மௌனம் தான்.

"மௌனம்"
பிடித்திருக்கும்
போது மிக இனிமையானது.
அதே,
"மௌனம் "
பிரிந்திருக்கும் ,
போது மிக கொடுமையானது.

அந்த மௌனத்தை கலைத்து அலைபேசியில் ஆசையாய் உனக்கு கவிதை எழுத தெரியுமா என்று கேட்டாய்.

நானோ என் செய்வேன் கவிதையே கவிதை எழுத தெரியுமா என்று கேட்டால். உன் தந்தையிடம் தான் கற்றுக்கொள்ள வேண்டும் என்று மனதிற்குள் நினைத்தேன். பிறகு ம்ம்ம் கொஞ்சம் தெரியும் என்றேன். அப்போ சரி நாம் காதலித்து திருமணம் முடிந்து பிள்ளைகள் பெற்று வயதாகிவிட்டோம், இறக்கும் தருவாயில் இருக்கின்றோம் என்று கற்பனை செய்து எனக்கு ஒரு கவிதை வடிவில் கடிதம் எழுதுவதை போல் எழுதி கொடு என்றாய்.

கேட்பது ரங்கம்மாள் ஆச்சே எப்படி மறுக்க முடியும்...! காதலை பேனா முனைக்கு எடுத்து சென்றேன். எழுதினேன்..

என்னவளே,
முதல்,
சந்திப்பிலே,
முழுமையாக கவர்ந்தவளே,

ஆசை,
மேல் ஆசை,
அவ்வப்பொழுது,
உன்னோடு,
பேசிட ஆசை,

பிடித்தமானதை,
விட பிடித்துள்ளது,
உன்னை என்று சொல்லிட ஆசை.

தமிழில்,
இவ்வளவு அழகிய,
வார்த்தை உள்ளதென்று,
உன் பெயரை,
கேட்கும் போதுதான்,
தெரிகின்றது என்று,
சொல்லி வழிந்திட ஆசை.

விண்ணுலகத்தில்,
இருந்து மண்ணுலகம்,
வரை உள்ள அழகாய்,
தெரிய கூடியவையெல்லாம்,
நீயே! நீயே! என்றெல்லாம்,
சொல்லிட ஆசை.

ஏனோ! நான்,
சொல்லி முடிப்பதற்குள்,
நமது,
திருமணம் முடிந்துவிட்டது.

அதீத காதலுடனும்,
சிறு பயத்தோடும்,
நம் வாழ்க்கையை,
தொடங்கினோம்.

சந்தோஷங்கள்,
பாதி பகுதி என்றால்,
சங்கடங்கள்,
மீதி பகுதியானது.
இருப்பினும் காதலித்தோம்....
இமையம் தொடும்,
வரை காதலித்தோம்.

புதிய,
உறவை நீ விரும்ப,
நம் ,
உறவை,
பலப்படுத்தினோம்..
பல இரவு,
பகல் கடந்தன,
இமைக்காமல்,
காத்திருந்தோம்..

திடீரென கதறல்!,
நியாபகம் உள்ளதா?
என் கண்களும்,
அன்று கலங்கின,

கண்ணும்,
கருத்துமாய் பார்த்திருந்தேன்,
ஆனால்,
என் கண்ணெதிரே,
துடித்து கொண்டுருந்தாய்.

அதை கண்டு,
நொறுங்கி போனேன்..
நான்,
இருக்கின்றேன் என்று,
உன்கையோடு என்,
கைகொண்டு இருக்கிறேன்.

இரு உயிர்களையும்,
ஒன்றாக பார்த்தேன்..
நாம் இருவரும்,
அப்பா, அம்மா ஆயினோம்.

நம் காதல்களை,
முழுவதும் அவனுக்கே,
கொட்டி தீர்த்தோம்.

நினைவுள்ளதா?
என்மேல் நீ காட்டும்,
அன்பும் குறைந்து விட்டது.

இருப்பினும்,
நம் குடும்பத்திற்காக ஓடினேன்,
கடுமையாக உழைத்தேன்.

உங்களை கஷ்டங்கள்,
நெருங்க விடாமல்,
கவசமாக இருந்தேன்.

காலங்களும் என்னை,
விட வேகமாக ஓடியது...
நமது,
பிள்ளைகளுக்கு வாழ்க்கை,
அமைத்துகொடுத்துவிட்டோம்..

இறுதியில்,
நாம் இருவரும்,
இறுதி நிலைக்கு வந்துவிட்டோம்.

கடந்த நினைவுகள்,
கடக்க முடியாத நிகழ்வுகள்,
கண்ணெதிரே தோன்றுகிறது..

கலங்காதே!
இப்போதும் நான் உன்,
கூடவே தான் இருக்கிறேன்.

நீ சில,
காலமாய் என்னை,
காதலிக்க மறந்துவிட்டாய்!...
வா நாம்,
காதலிப்போம்.
கடந்த காலத்தை,
பின்னோக்கி செல்வோம்...
மரணம்,
உடலுக்கு தானே,
மனத்திற்கு இல்லையே.....
வா காதலிப்போம்!.
காதலோடு கதைத்திடுவோம்.....

என்று எழுதி முடித்தேன்.

எழுதி முடித்த கவியை நீ வாசித்துக்கொண்டிருக்கும் போது அழைக்காமலே வந்தான் கண்ணீர் உணர்வுக்கு உயிரூட்ட. படித்து முடித்த பின் உயிர்த்த உணர்வு வார்த்தையாய் வந்தது நான் உன் மீது அதீத காதல் கொண்டேன், இனியும் காதல் கொள்வேன். அன்பின் இம்சையாலே கொல்வேன் வெகுளித் தனமாய் விருப்பத்துடன் விரும்பி கூறினாய். என்னுள் சில மாற்றங்கள் அந்த வினாடியில் தான் உணர்தேன். இனிமையான காதல் ராகத்தை யார் தான் விரும்பமாட்டார்கள்? நான் விரும்பி கேட்டுக்கொண்டே இருந்தேன்......

நேரம் போனதே தெரியவில்லை... நாங்கள் அலைபேசி இணைப்பில் இணைந்திருந்தோம். திடிரென புதிய நம்பரில் இருந்து அழைப்பு வந்துக்கொண்டே இருந்து.. நான் அதை கண்டுக்கொள்ளவில்லை. அன்பானவர் அருகில் இருக்கும்

போது வேற நினைவு அருகில் தான் வருமா? இருந்தும் அழைப்பு ஓயவில்லை வந்துக்கொண்டே இருந்தது. சரி யார் என்று கேட்போம் என்று அடியேன் அவளிடம் அனுமதி பெற்றப்படியே அழைப்பை ஏற்றேன்.

பதற்றத்துடன் ஒரு குரல் எங்கே இருக்க என்ற வார்த்தையுடன். என்னாச்சு சொல்லுங்க என்றவுடனே பிரசவத்தில் தாயும் சேயும் உயிருக்கு போரடுராங்க உடனடியாக இரத்தம் தேவைப்படுகிறதுனு சொன்னவுடனே யாரு உங்களுக்கு தெரிந்தவரா என்று கேட்டேன். இல்லை எனக்கு தெரியவில்லை என்றார். சரி வாங்க என்று AB_ve இரத்ததிற்காக அழைய ஆரம்பித்தோம்.

வழிகள் எல்லாம் வழிவிட்டன.விழிகளில் நீர் வழிந்தன. அந்த பெண்ணின் உயிராய் இருந்த உறவினர்கள் எல்லாம் உதிரத்திற்காக ஓடிஓடி உறைந்தன. எனக்கு அந்த நேரத்தில் என்னசெய்வதென்றே தெரியவில்லை... இருப்பினும் மனம் தெளிவாக இருந்தேன். சற்று அமைதியாக ஒரு இடத்தில் அமர்ந்தேன்.

அங்கே இருந்து ஒரு குரல் எப்படி இருக்கீங்க என்ன நியாபகம் இருக்கா நண்பா என்று கேட்ட பொழுது எனக்கு சரியா தெரியவில்லை. சற்றே யோசிச்சேன். நண்பா புயலில் பாதிக்கப்பட்ட மக்களுக்கு சாப்பாடு கொடுத்து உடல்நிலை சரியில்லாத ஒரு அம்மாவுக்கு மாத்திரை வாங்கி உதவி பண்ணீங்க .அவங்க என் அம்மா தான் நண்பா.
நன்றி சொல்லலாமுனு வந்தேன் அதுக்குள்ள நீங்க போய்ட்டீங்க. நன்றி நண்பானு சொன்னவுடனே எந்திருச்சு அய்யோ பரவா இல்லை நண்பா நம்ம அம்மா தானே எதுக்கு நன்றிலாம் என்றேன்.

சரி நண்பா ஏன் முகம் சற்று வாடியுள்ளது என்று கேட்க, பிரசவத்தில் ஒரு தாய்AB_ve இரத்தம் கிடைக்காமல் உயிருக்கு போராடுகிறார் இரத்தம் இன்னும் கிடைக்கவில்லை என்றேன். உடனே நண்பா எனக்கும் AB_ve தான் நான் தருகிறேன் என்றவுடனே மருத்துவமனைக்கு விரைந்து உதிரம் கொடுத்து தாயும் சேயும் நலம்பெற செய்தோம். பிறகு அனைவருக்கும் நன்றி தெரிவித்துவிட்டு விடைப்பெற்றோம்.

ஓயாத காதல் அலை அடித்துக்கொண்டே இருந்தது .என்னை அழைத்துக்கொண்டே இருந்தது. அலைச்சலில் அழைப்பை கவனிக்கவில்லை. கன்னி அவள் ஏங்கி கொண்டிருப்பாள் என்று நானே அழைத்தேன் இணைப்பில் இணைந்தேன்.

காதல் நிறைந்த கோபத்தில் எங்கே சென்றாய்? என்னை விட முக்கியமான வேலை உள்ளதா? போ என்னுடன் பேசாதே என்று என் செல்லம் செல்ல சண்டையிட்டாய்.
கொஞ்சுவதா கெஞ்சுவதா கூட தெரியவில்லை சரி இரண்டையும் செய்திடுவோம் என்று அன்பானவளிடம் அடிப்பணிந்துவிட்டேன். நடத்தை கூறினேன். கண்ணீருடன் நான் நிலைமைபுரியாமல் உன்னை கஷ்டப்படுத்திவிட்டேன் என்றாய். நான் சரி விடு என்று உரையாடலை உரிமையோடு மாற்றினேன்.

திமிர்,
பிடித்தவளே!
நெற்றியில்,
பிறை நிலா,
கொண்டவளே!
நகைப்புக்காரியே,
நல்மனம் கொண்ட,
அகங்காரியே,
உனக்கு,
மட்டும் எல்லாமே,
அழகாய் தான்,
இருக்கிறது,
உன்னால் எல்லாமே,
அழகாய் தான் தெரிகிறது.

இன்று காதலர் தினம் நியாபகம் உள்ளாத என்று கேட்டாய். நானோ நமக்கு தினந்தோறும் காதலர் தினம் தானே இதில் எத்தினத்தை நியாபகம் கொள்ள என்று கேட்டேன்.

அவள் சற்றே சோர்வாக இன்னைக்கு காதலர்கள் எல்லோரும் காதல் தினம் கொண்டாடி மகிழ்ந்தன. நானோ உன்னிடம் வரும் வாழ்த்துகளையும் கொண்டாட்டங்களையும் எதிர்பார்த்தே நேரத்தை கழித்தேன் என்றாய்.

நான் யாரோ காதலித்த தினத்தை நாம் ஏன் கொண்டாட வேண்டும். நான் தான் உன்னை தினந்தோறும் இருதயத்தில் வைத்து கொண்டாடுகிறேனே. உலகை காக்கும் இறைவனுக்கோ ஒருநாள் தான் திருவிழாவாம். நான் இறைவனுக்கு மேலாக உன்னை தினந்தோறும் இதயத்தில் காதல் செய்து பூஜிக்கிறேன் என்று சொல்லி என் தேவதைக்கு பிரியமுடன் புரியவைத்தேன். காதலர்களுக்கு தினந்தோறும் திருவிழா தான் கொண்டாடி மகிழ்வோம்.

தினங்களை கொண்டாடாமல் தினம் தினம் காதலை கொண்டாடுவோம் என்று பிரியமுடன் புரியவைத்தேன் என்னவளுக்கு. மௌன மொழியில் கதைத்து களைத்து விட்டோம் . காதல் வாரத்தைகளுக்கு ஓய்வு கொடுப்போம் என்று அழைப்பேசியின் இணைப்பில் இருந்து விடுப்பட்டோம்.

விடுதலை அலைபேசிக்கு தானே அவள் பின்னால் அழைந்துக்கொண்டிருக்கும் மனதிற்கு இல்லையே..அவளின் நினைவுகளிடம் இணைந்துக்கொண்டே இருக்கிறது இருதயம்.

சரி நண்பனை சந்திக்கலாம் என்று பைக்கை எடுத்து சென்றேன். வர வழியில் ஒரே கூட்டம் அங்கிருந்து ஒரு சத்தம் மச்சான் எப்படி இருக்க என்று. குரல் மட்டும் கேட்கிறதே யார் என்று பார்க்க பைக்கை நிறுத்தினேன். பள்ளியில் என்னுடன் படித்த நண்பன். சந்தித்து நீண்ட நாள் ஆச்சு எப்படி இருக்க என்று நலம் விசாரிக்க ஆரம்பித்தோம். நேரம் நகர்ந்தது பிறகு என்ன செய்கிறாய் என்ன கூட்டம் இது என்று கேட்டேன்.

அவனோ நான் இப்போ அரசியலில் ஈடுப்படுக்கிறேன்.என் சாதிக்காக என் சாதி தலைவருடன் இணைந்து போராடுகிறேன் என்றான்.தேர்தல் நெருங்கிவிட்டது அதனால் தான் என் சாதிக்காரர்களை எல்லாம் ஒன்று சேர்த்து என் தலைவருக்கு வாக்கு சேகரிக்கிறேன் நண்பா என்றான்.

சாதி மக்களை ஒன்றினைப்பது அரசியலா? அறத்தை காத்தல், வேண்டுவோர்க்கு பொருளுதவி அளித்தல்,மக்களை அன்புடன் நடத்துதல் ,பாகுபாடுயின்றி மக்களை பாவித்தல் நீதி வழங்குதல் ,மக்களுக்கு பாதுகாப்பு அளித்தல் ஆகியவை தானே அரசியல். சாதி காரணம் காட்டி பிரிவுப் படுத்துவதா அரசியல். எந்த சாதி தலைவராவது ஜெயித்து சாதிக்கோ சாதிக்காரர்களுக்கு நல்லது செய்ததுண்டா? எந்த சாதி தலைவராவது அவரின் மகனாவது கலத்தில் கொடிப்பிடித்து போராடி கலவரம் செய்ததுண்டா? சாதி இல்லை என்று சொல்வது வெறும் கண்துடைப்பே.. சாதி இருக்கிறது அதை காரணம் காட்டி நீ உயர்ந்தவன் தாழ்ந்தவன் என்று பிரிந்து வீழ்ந்துகிடைப்பது நமக்கு நாமே குழி பறித்து படித்துக்கொள்வதற்கு சமம் என்று நண்பனுக்கு எடுத்துரைத்தேன்.

மாற்று அரசியல் இளைஞர்கள் கையில் தான் நீ மாறு பிறகு மாற்று என்று அவனின் மாற்று அரசியலுக்கு வாழ்த்துக்கள் சொல்லி நகர்தேன்.

தேநீர் அருந்த கடைக்கு சென்றேன்.தேநீரும் வந்துவிட்டது மொபைலில் தேவதையின் குறுஞ்செய்தியும் வந்துவிட்டது. என்னதான் தினமும் பேசிக்கொண்டாலும் குறுஞ்செய்தியோ அழைப்போ அவளிடம் இருந்து வந்தால் சற்றே காணாமல் போயிகிறேன். தொலைந்து மீண்டும் அவளிடமே கரை சேர்கிறேன்.ஆசையுடன் அவளின் குறுஞ்செய்தியை பார்க்க ஆரம்பித்தேன். அதில் எவ்வளவு நாள் தான் தொலைவிலே உன்னைக்கண்டு தொலைவது, அலைபேசியிலே அரவணைப்பது நேரில் சந்தித்து நேரங்களை நிறுத்தி காதல் செய்திட ஆசை இருக்காதா? என்று புலம்பிக்கொண்டிருக்கும் மனதிற்கு வாய்ப்பொன்று அளிப்பாயா என்று கேட்டாய்.

எனக்கு தீடிரென ஒரு லிட்டர் பெட்ரோல் இலவசமாக கிடைத்ததை போல் ஆனந்தத்தில் துள்ளிக்குதித்தேன். அதிரடியாய் அடுத்தெடுத்து நிகழ்கிறதே அதிசயங்கள் என்று சந்தோஷத்தில் இரு அமிர்தங்களையும் பருக ஆரம்பித்தேன்.

வாடிக்கிடந்த விவசாயிடம் மழைநீரே மழை வேண்டுமா என்று கேட்பது நியாயமா? உன்னை பார்க்கனும் ஒரு நல்ல

நாள் பாத்து சொல்லு என்று அன்புக்கட்டளையிட்டு ஆனந்த வெள்ளத்தில் மிதக்க வைப்பது தானே சரி என்றேன். பிறகு இமைக்காமல் பார்த்திருக்கிறேன் உன் விழியை காண . காத்திரு சந்திப்போம் என்றேன்.

காத்திரு என்று சொன்னப்படியே காதல் இன்பத்தில் காலநேரத்துடன் கரைந்திருந்தேன்.திடீரென எனக்கு பயமாக இருக்கிறது நாம் நேரில் சந்திக்க வேண்டாம் என்றாய்.

ரைடு சதிகாரி சதிப்பண்ண ஆரம்பித்துவிட்டால் என்று சரி விடு என்றேன். உடனே கோவித்துக்கொண்டாய்.

கொலைகாரி இப்பொழுது ஏன் கோவித்துக்கொள்கிறாய் என்னாச்சு என்று கேட்டேன்..

நான் பயமாக இருக்கிறது என்றால் எனக்கு தைரியம் தானே சொல்லவேண்டும் அல்லவா? நீ என்ன சரிவிடு என்கிறாய் அப்போ நம்ம சந்திப்பது உனக்கு விருப்பமில்லை.. உனக்கு என்மீது காதல் குறைந்துவிட்டது என்று நீலாம்பரி நீலிக்கண்ணீர் வடிக்க ஆரம்பித்தாள்.

ஆஹா சரி சொன்னாலும் இப்படிதான் பண்ணுவா, பரவா இல்லை தைரியமா வா என்றால் உனக்கு என்மேல அக்கறையே இல்லைல நான் பயமா இருக்கு சொல்லுறேன் யாராச்சும் பார்த்துருவாங்கனு நீ தைரியமா வா என்று சொல்லுறேனு சொல்லவாய்? நான் என செய்வேன்.சமாளித்து தான் ஆகவேண்டும் என்று. சரிவிடு என்றால் பயத்தை விடு நான் இருக்கிறேன் உனக்கு துணையாய் வந்தாலும் வராமல்போனலும் உன் கூடவே இருக்கபோவது நான் தானே.அதனால் தான் சொன்னேன் பயத்தை சரிவிடு என்று

அவள் உடனே அப்படியா செல்லம்.. என்னை மன்னித்துவிடு உன்னை அதிகமாக காதலிக்கிறேன் என்றாய். .

அப்பாட தப்பிச்சோம் என்று சரி எப்போ சந்திப்போம் என்று கேட்டேன். சரி நாளைக்கு செல்லுவோம் தயாரா இரு என்றாய்.

சரி எங்கே செல்வோம் என்றேன்.

மதுரை செல்வோமா என்று கேட்டாய்.

நான் வேண்டாம் என்றேன்.
அதற்கு ஏன் ஏன் வேண்டாம் என்கிறாய்? என்று கேட்டாய்.
அதற்கு மதுரையில குண்டுமல்லி என்று உன்னை நினைத்து வாங்கி செல்ல நீயா! நானா! என்று போட்டி போடுவார்கள் நான் உன்னை அங்கு அழைத்து செல்லமாட்டேன் என்று செல்லமாக சொன்னேன்.

அதற்கு இது உனக்கே ஓவரா தெரியல.. ஒழுங்க நாளைக்கு வந்து சேரு என்ற படியே இரவுக்கும் எனக்கும் விடைக்கொடுத்தாய்.

விடிந்தது விலை மதிக்க முடியாத அவள்முகதை காணபோகிறேன். என்னோரத்தில் அவளோடு நான் என்கையிலே வியந்திருந்தேன். எண்ணங்களில் எண்ணற்ற எண்ணங்கள் தோன்ற ஆரம்பித்தன. தோன்றிய குறுகிய நேரத்திலே அவளிடம் இருந்து குறுஞ்செய்தி வந்தது .எனக்கு பயமா இருக்கு பரவாயில்லை பஸ்டாப்க்கு வந்து சேந்துரு என்றாய்..

பாதகத்தி கொஞ்சமாவது மதிக்கிறாளானு பாரு ம்ம் சரி வந்துவிடுகிறேன் என்றேன்.

பேருந்து நிலையத்திற்கு அவள் அப்பாவோடு வந்தாள்.அவளை வழி அனுப்பிட்டு அவர் சென்றுவிட்டார்.

நான் தான் பாவம் ஓடும் பேருந்தில் நீண்ட நேரம் ஓடிக்கொண்டே ஏறினேன். வந்தவள் தனியா வாராமல் ஆபத்தோட தானே வாரா என்று மனதிற்குள்ளே நினைத்தேன்.

எப்போதும் தொலைவில் இருந்தே பார்த்த நான் அவளருகில் செல்லபோகிறேன் சில நொடிகளில் என்றவுடனே இதயங்கள் இடமாறி துடிக்க ஆரம்பித்தன.பயம் அதிகரிக்க ஆரம்பித்தது ஏன் பயப்படுகிறேன் என்றே தெரியவில்லை. அவள் இங்கே வா என்றாள்.சிரித்துக்கொண்டே தலை குனிந்த படியே வெக்கத்தில் பக்கத்தில் அமர்ந்தேன். பயணாளிகளின் பார்வையெல்லாம் என்மீது தான் இருந்தது

பாவை அவளருகில் நான் இருப்பதினால் .அவள் என்ன பாஸ் பேசமாட்டிச்குறீங்க பார்க்க மாட்டிங்குறீங்க கைவேற ஜில்லுனு இருக்கு என்னாச்சு என்று கேட்டாள்.

சுட்டெரிக்கும் சூரியனையே காதல் என்னும் கருமேகம் சூழ்ந்தால் குளிர்ந்து மகிழ்ந்து காணமலே போயிருவான்.அடியேன் நான் உன்னருக்கே உறைந்து உருகி போவதில் ஆச்சரியம் உண்டா? என்று பாவை அவளிடம் பார்வைமொழியிலே பேசினேன். பக்கம் பக்கமாய் பேசிய நான் பக்கத்தில் அவள் இருந்தும் வார்த்தைகள் அனைத்தும் பக்கங்களை நிரப்ப மறுப்பது ஏனோ?

அவளிடம் பேசலாம் என்பதை விட அவளை ரசிக்கலாம் என்பதில் தான் நான் ஆர்வம் கொண்டிருந்தேன். அழகிய வண்ண மீன்கள் துள்ளி துதித்து விளையாடுவதை போல மெல்லிடையுடையாளின் கண் அங்கும் இங்கும் அசைந்தாடுவதை கண்டு களிக்க இரு கண்கள் போதாமல் பரிதவித்து போனேன்.முதல் முறையாக சண்டை காட்சிகளை கண்டு சிரித்து மகிழ்ந்து ரசித்தப்படியே பார்த்தேன்.ஜன்னல் ஓரத்தில் காற்றுடன் அவள் கூந்தலிட்ட சண்டையை கண்டு. படித்திட வேண்டும் என்ற எண்ணங்களின் எண்ணற்ற ஆர்வங்களை தூண்டச் செய்ததே உன் இதழ்வரி தானே.அழகிய தீவு போல் ஒவ்வொரு ரகசியம் நிறைந்த பக்கங்களாய் காட்சியளிக்கிறது உன் இதழ்இலைகள்.

இப்படி ஒவ்வொரு ரகசியங்களை ரசித்துக்கொண்டிருந்த போது என் கைவிரல்கள் உறவாடியதை கண்டேன்.. என் உணர்வுகளை கைவிரலிடையே கடத்தி களவாடிய பொழுதை கன்னி அவளருக்கே கண்டேன். வெட்கங்கள் வழிந்தோடின. உலகத்தை கைகுள் கொண்டுவந்து அழகு பார்க்க முடியாது என்பார்கள் முட்டாள்கள்.... உலகமே என் கைக்குள் அவள் கைகளாய் காட்சியளித்த அத்தருணம். அத்தருணத்தை உணரும் போதே சிறு சத்தம்.. என்னவென்று பார்ப்பதற்குள் தம்பி டிக்கெட்? எங்கே போகனும் என்று கேட்டார் நடத்துனர். மதுரைக்கு செல்ல இரண்டு டிக்கெட் கொடுங்க அண்ணா என்றேன்.டிக்கெட் கொடுப்பதற்கு முன்னே கைகளை நீட்டினாள் என்னவள் இந்தாங்க அண்ணா காசு என்று..

நானோ என்னவளை பார்த்து தெய்வசிலை ஊர்வலத்திற்கு தெய்வமே பணம் கொடுப்பது நியாயமா?? நான் கொடுத்துக்கொள்கிறேன் நீ பணத்தை வைத்துக்கொள் என்றேன்.

என் ரங்கம்மாள் சிரித்துக்கொண்டே என் தலையை வருடிக்கொண்டு இது நம்ம பணம் இதில் ஏன் பிரிவினை என்று அனைத்து பணத்தையுமே என் பாக்கெட் பக்கத்தில் வைத்தாள்.

ஒவ்வொரு நிகழ்வும் கல்வெட்டாய் மனதிற்குள் பதிய ஆரம்பித்தன.. மனம்விட்டு மங்கை அவள் பேச ஆரம்பித்தாள்...அலைபேசிகளே சிறிது நேரம் செயலிழந்து போங்கள். செல்லமானவள் பேச தொடங்கிவிட்டால் என்று சொல்லி அவள் சொல்வதை கேட்க ஆரம்பித்தேன். எத்தனை அழகான தருணம் அவை. அவைகள் பற்றி சொல்ல ஒரு நாள் போதுமா? இருவரின் இடையே உள்ள இடைவெளி குறைய இடையே உள்ள வலக்கை இடக்கை இணைந்து என் தோழ் தனில் சாய்ந்துக்கொண்டே கதைக்க ஆரம்பித்தாள். வறண்டு போன இதயதிற்கு அமுதை ஊற்றினாள்....

விளையாட்டு குழந்தைப்போல் கேள்வியாய் கேட்க ஆரம்பித்தாய். அவள் கேட்கும் வினாவும் அவளே!! விடையும் அவளே!! என்று மறந்து கேட்டுக்கொண்டே இருந்தாள் அன்புள்ள ரங்கம்மாள்.

ஏன் உன் இதயம் இவ்வளோ வேகமாக துடிக்கிறது என்று கேட்டாய். இதயம் இருக்கு அதான் துடிக்குது என்றேன். கோவப்பழ உதட்டுக்காரி கோபத்துடன் என்ன காமெடியா என்று தொடையை கிள்ளி எரிந்துவிட்டாள் கிள்ளியது காதலி அல்லவா... வலித்தும் சிரித்துக்கொண்டிருந்தேன்.

பேசியப் படியே மதுரையை வந்தடைந்தோம்.பழக்கப்பட்ட இடம் தான் அதிக முறை அங்கு வந்ததுண்டு இருந்தும் அனைத்தும் புதிதாக காட்சி அளித்தது. அருகில் இருப்பது என்னவள் ஆயிற்றே அதனால் தான் என்னவோ காணும் பொருள் அனைத்தும் அவளை போன்றே அழகாய் தெரிந்தது. அவளுடன் சேர்த்து அனைத்தையும் ரசித்துக் கொண்டிருந்தேன். ரங்கம்மாள் என் கைகளை இருக்க பற்றிக்கொண்டு என்னையே சற்று பரிதாபமாக

பார்த்துக்கொண்டிருந்தாள்.எனக்கு ஒன்றும் புரியவில்லை! துள்ளி குதித்த மீன் போன்ற கண்கள் வாடியது போல இருந்தது. இதழ்கள் எதையோ சொல்ல வருவதை போலவே இருந்தது. பௌர்ணமி முகமுடையாள் பாலுக்காக அழுகும் குழந்தைமுகமாய் மாறியது. என்னாச்சு என்று கேட்டேன் .

எனக்கு பசிக்கிறது ஜிகர்தண்டா வேண்டும் என்றாய் சிறு புன்னகையுடன் வாவென்று கைகளை இணைந்தப்படியே ஜிகர்தண்டா கடைக்கு சென்றோம். ஜிகர்தண்டா வாங்கி குடிக்க ஆரம்பித்தோம். கண்மூடி திறப்பதற்குள் நான் அதை முடித்துவிட்டேன். முடித்து அவளிடம் திரும்பிய போது கேவலமாக என்னை பார்த்தாய்.
இதுவரை ஜிகர்தண்டா பார்த்தே இல்லாத மாறி குடிக்கிறீயே என்றாய்.

 நானோ பசி என்செய்வேன் என்றேன். அவள் குடித்த ஜிகர்தண்டாவை பாதி எனக்கு கொடுத்தாள் நானோ என்மீது பாசத்தினால் தான் தருகிறாள் என்று நினைத்தேன். கள்ளி மதிய சாப்பாட்டுக்கு வயிற்றில் இடம் வேண்டும் என்று நகைத்துக்கொண்டாய்.

பிறகு கோவிலுக்கு செல்லலாமென்று ஆட்டோவில் ஏறினோம். தேர் பவனியில் சொக்கநாதர் மீனாட்சி வருவதை போல நானும் ரங்கம்மாளும் ஆட்டோவில் உலா வந்தோம். வாகனங்களின் ஒலிப்பான் சத்தம் புகை இவையெல்லாம் நாதஸ்வரம் மேளதாளம் வானவேடிகையை போல எங்களை வரவேற்றது. அனைத்தையும் ரசித்தப்படியே நான் ரசிக்கப் பட்டுக்கொண்டிருந்தேன் ரங்கம்மாளின் கண்களால். பிறகு கோவிலுக்கு வந்தடைந்தோம்.

அந்த நாள் தான் என் வாழ்வில் ஒரு அங்கமாக பதிந்தது. முதல் முதலாக சென்ற இடம். அவள் குழந்தை தனத்தின் ரகசியங்களை அறிந்த நாள். இறைவன் வீட்டில் அடியெடுத்து வைத்து அகிலத்தின் சாட்சியாய் அன்பை விதைத்திருந்த நாள் அது.

சரி மீனாட்சியை தரிசிக்கலாம் என்று கோவில் கருவறையை பார்த்தால் என்ன ஒரு ஆச்சரியம்!! என்னை ஆட்சி செய்யும் என்னவள் மீனாட்சியாக சிலையாய் காட்சியளித்தாள் அங்கு. தெய்வங்கள் வரங்களை அள்ளி

தருவதை ஊரார் சொல்லி கேட்டிருக்கேன். ஆனால் தெய்வமே வரமாய் வருவதை என்னவள் அருகில் இருக்கும் போது தான் உணர்ந்தேன்.

ஊரே கொண்டாட்டத்தில் மீனாட்சி அவள் வந்துவிட்டாள் .எல்லோருக்கும் காட்சி தந்துவிட்டாள் என்று. நான் எவ்வாறு புரிய வைப்பேன். அவள் மீனாட்சி இல்லை என்னை ஆட்சிசெய்யும் ரங்கம்மாள் என்று. தீபங்களின் ஒளிகள் அனைத்தும் அவள் சிரிப்பிற்கு முன் பொழிவிழந்து போகிறது. அவள் பாதம் பட்டதுமே தங்கதாமரையும் மலர தொடங்கியது. அவள் அம்மனை போல வந்து என் நெற்றில் திருநீர் இட்டாள். என்னையும் அவளுக்கு இடுமாறு கட்டளை விதித்தாள். விதித்தது ரங்கம்மாள் ஆயிற்றே எவ்வாறு மறுப்பது பிறைநிலா போல் உள்ள நெற்றியில் குங்குமம் வைத்து என்னவளை தனதாக்கிக் கொண்டேன்.

பிறகு நடந்தப்படியே கோவில் தளத்தை சுற்றி வந்து அங்கே அமர்ந்தோம். அமர்ந்து கொண்டு பேசி சிரித்திருந்தோம். திடீரென அமைதியானாய். சற்றே இமைக்காமல் என்னையே பார்த்துக்கொண்டே இருந்தாய். அவள் பார்க்கிறாள் என்று தெரிந்தும் நான் பார்க்காதவாறே நடித்துக்கொண்டு இருந்தேன். சதிக்காரி அப்போதும் பார்ப்பதை நிறுத்தவில்லை. அவளிடம் தான் நடிக்க முடியுமா?

ஏன் என்னை இப்படி பார்க்கிறாய் என்று கேட்டேன்.

அவளோ இல்லை ஒன்னும் இல்லையென்றாள்.நான் ஓஓ சரி என்று என்றேன்.

மனதிற்குள்ளே அப்பாடா தப்பிச்சோம் என்று நினைக்கையிலே,ஒன்னும் இல்லையினு சொன்னா அப்படியே விட்டுவிடுவியா?
என்றாய்.

ரைடு மாட்டிக்கிட்டோம் சரி சமாளிப்போம் என்று நீ தான் ஒன்றும் இல்லை என்று சொன்னாய், சரி ஒன்னும் இல்லைனு நினைச்சேன்.

அதற்கு பொண்ணுங்க ஒன்னும் இல்லைனு சொன்னா அதுல ஆயிரம் அர்த்தம் இருக்கும் புரியுதா? என்றாய்.

ம்ம்ம் புரியுது ரங்கம்மாள், சரி என்னனு சொல்லு என்றேன்.

அதற்கு குரலழகி சொன்னாய் சந்திப்பதற்கும் செல்வதற்கும் ஆயிரம் இடங்கள் இருக்கிறதே பிறகு ஏன் எனை கோவிலுக்கு அழைத்து வந்தாய்? என்றாய்.

இப்படியெல்லாம் கேட்க சொல்லி யாரு தான் உன்னிடம் சொல்லுறாங்க என்று கேட்டேன். அதற்கு நீ சொல்லு என்றாய்.

வழி ஓரத்தில் ,என் விழியை அலங்கரித்த உன் முகத்தை மட்டும் பார்த்திருந்தால் பூத்துக்குலுங்கும் பூங்காவிற்கு அழைத்துச் சென்றிருப்பேன். கவர்ந்திழுக்கும் கண்களையும் கட்டுடல் மேனியும் மட்டும் பார்த்திருந்தால் தனிமையில் இனிமைக்காண அழைத்துச்சென்றிருப்பேன். ,அன்புடையாளின் அன்பை மட்டும் பார்த்திருந்தால் அன்பாலயமான எனது குடுப்பத்தார் வீட்டிற்கு அழைத்துச்சென்றிருப்பேன். குறும்பு தனங்களையும் குழந்தை குணத்தையும் மட்டும் பார்த்திருந்தால் சுற்றுதலம் முழுவதையும் சுற்றிவர அழைத்திருப்பேன். நான் பார்த்தது உன் இருதயம் அல்லவா! அனைத்தும் இதில் அடங்கும் அல்லவா! இவற்றிக்கு இணை ஏதும் உண்டோ? இவளுக்கு இணையில்லா இவ்வுலகில் இனி இணையுள்ளாத என்று அறிய இணையற்ற இறைவியானவள் மீனாட்சியிடம் கேட்டறியவே இங்கு உனை அழைத்துவந்தேன் என்றேன்.

அதற்கு அவள் ஓஓஓ மீனாட்சியிடம் கேட்டறிந்தாயா? என்ன சொன்னாங்க என்று கேட்டாய்.

நானோ பாவம் என் செய்வேன் அதற்கும் பதில் அளித்தேன். மேலோக கூகுளிலும் தேடிபார்த்தேன் கிடைக்கவில்லை போடா நான் தேடி களைத்துவிட்டேன் நான் இளைப்பாற வேண்டும் நீ உன்னவளிடமே கேட்டறி என்றாள் மீனாட்சி .கேள்வி எங்கே பிறந்ததோ அந்த இடத்தில் தானே பதிலும் இருக்கும் அதனால் நான் உன்னிடத்திலே கேட்கிறேன் உனக்கு இணை யார் என்று சொல் என்றேன்.

கேள்வி கேட்பது எளிது பதில் அளிப்பது எவ்வளவு கடினம் இப்போவாது புரியுதா? என்று மனதிற்குள் நினைத்தேன்.

அதற்கு சற்றே யோசிக்காமல் தாய் பால் குடித்து வளர்ந்த குழந்தையிடம் அந்த தாயே உனக்கு இவ்வளவு சக்தி எங்கிருந்து வந்தது என்று கேட்டால் அந்த குழந்தை என்ன சொல்லும்?? அதுபோல தான் நீ கேட்டும் கேள்விகள் ,என்னிடத்தில் நீ எதை பார்த்தாய் என்று சொன்னாயோ அவை அனைத்தும் உன்னிடத்தில் இருந்து வந்தவை தான். என் இருதயத்தில் இணைந்து கலந்த உன் காதலினால் தான் நான் இணையில்லாதவளாய் ஆனேன். உன் அன்பில் மலர்ந்த ஒரு பகுதிதான் நான் எனது ஆணிவேரே நீதானே என் அன்பே!! என் உயிரும் நீதான்,எனது நிகரற்ற நிகரும் நீதானே என்றாய் .

அதிர்ந்து போனேன் நான் அவளை குழப்பலாம் என்று நினைத்தால் அவள் என்னை நன்றாக குழப்பினாள் பாதகத்தி. சரி வா செல்லலாம் என்றேன். எங்கே என்று கேட்டாய். சாப்பிட என்றேன்.என்ன சாப்பிடலாம் என்றாய்.

என் விருப்பங்களை தவிர்த்து அவள் விருப்பங்களுக்கு விருப்பம் கொடுத்தேன்..புரியல தானே நானே சொல்லுறேன் அவளுக்கு பிரியாணி பிடிக்கும் எனக்கு அவளை பிடிக்கும் அதனால வா பிரியாணி சாப்பிடுவோம் என்று மதுரை முனியாண்டி விலாஸ் நோக்கி சென்றோம்.

வாழ்க்கையில் அந்த ஐந்து நிமிடம் தான் மிகச் சிறந்த தருணம்னு சொல்லலாம். அந்த நேரம் அந்த நிமிடம் நான் உன்கூட அந்த தருணம் இதெல்லாம் தான் அந்த நாளுக்கே அழகு சேர்த்தது. ஹோட்டலுக்கு ஆட்டோவில் செல்லாம் என்று நான் சொல்ல நீ வேண்டாம் நடப்போமே ,பேசிக்கொண்டே நடப்போமே, கைய பிடித்துக்கிட்டே நடந்து செல்வோமே என்றாய். சரி வா செல்லலாம் என்றேன்.

சாலை ஓரத்தில் நடந்து சென்றாலும் அங்கே சுற்றியுள்ளவர்களின் விழி வழியே சென்றதை போல் காட்சியளித்தோம் அனைவரின் பார்வைகளால். வியந்து பார்த்தார்கள் விண்ணுலக தேவதை மண்ணுலகத்திலா என்று.

நாங்கள் நடக்க ஆரம்பித்தோம். அவள் என் கைகளை இறுக்கி பிடித்து நடக்க ஆரம்பித்தாள். "காற்றுக்கு இல்லை வேலி" என்று பலரும் பழமொழி கூறுவர்! ஆனால் அவளோ பில்லர் குழி வெட்டி அணையே கட்டிவிட்டாள் அவள் கைகுள் என் கைகளை வைத்து. இப்போது எவர் கூறுவார் காற்றுக்கு இல்லை வேலி என்று. கைகளை இறுக்கி பிடித்து முகத்தை பார்த்து சிரித்து பேசிக்கொண்டே நடந்துகொண்டிருந்தோம்.

குட்டச்சிக்கு என் வேகத்திற்கு நடக்க முடியவில்லை. நான் நடந்துக்கொண்டிருக்கும் வேளையில் அவள் ஓடிக்கொண்டிருந்தாள் என் கைகளை இறுக்கி பிடித்துக்கொண்டு.திடிரென என் கைகளை உதறித் தள்ளிவிட்டு உன் கூட நடந்து வந்ததற்கு ஆட்டோவிலே சென்றிருக்கலாம் நடக்க சொன்னா ஓடுற என்று கோவக்காரி கோவித்துக்கொண்டாள்.

என்ன அழகு எதை கொண்டு வாக்கியம் அமைப்பது. இலக்கியமும் இவளை கண்டு இளகி கொண்டிருக்கிறதே நான் எதைக்கொண்டு எடுத்துரைப்பேன். பேரழகி கோபத்திலும் அழகாய் தெரிக்கிறாள். இவளை போல் அதிசயம் வேறெதுவும் உண்டோ! உன் கோபங்களை ரசிக்கும் ரசிகனாய் கண்டு மகிழ்ந்திருந்தேன்.

உனக்கு தெரியாது ரங்கம்மாள் உன்னை நான் எவ்வளவு காதல் செய்கிறேன் என்று. அதை உன்னிடம் சொல்ல வார்த்தைகள் போதுமா ரங்கம்மாள். அதை வாழ்க்கையாக வாழ்ந்து உணர்த்திட வேண்டும் உயிரே . இருவரும் நடந்தப்படியே முனியாண்டி விலாஸ் வந்தடைந்தோம்.

கூட்டம் அலைமோதியது. அவளுக்கு பிடிக்கவில்லை தனிமையை விரும்பினால் இருந்தும் அங்கிருந்து வெளிவர அவள் விரும்பவில்லை .எனக்கு புரியவில்லை என்ன செய்வது என்று. அங்கிருந்து ஒரு புண்ணியவான் தம்பி உள்ள போய் உங்காருங்க என்று ,குளிர் நிறைந்த அறையை காட்டி அமர சொன்னார். அவளுக்கு முகமெல்லாம் சிரிப்புமழை. அங்கு இருவருமே அமர்ந்தோம். சரி சாப்பிட என்ன வேண்டும் என்று கேட்டேன். அதற்கு பிரியாணி மட்டும் போதும் உனக்கு வேண்டும் என்றால் எதாவது வாங்கிகோ என்றாள். உன் விருப்பங்களை விரும்பிய நேரத்திரத்தில் விருப்பங்களோடு விரும்பி நிறைவேற்றுவதே என் விருப்பம்

என்று அவளுக்கு தெரியவில்லை .அவள் விரும்பிய உணவு வகைகள் அனைத்தும் அவள் முன் வைக்கப்பட்டது. அவளுக்கு மறுமடியும் சிரிப்பு மழை பொழிய ஆரம்பித்தது . சிரித்துக்கொண்டே எப்படி என் சாமர்த்தியம் என்று நகைத்துக்கொண்டாள் சிரிப்பழகி. எனக்கு புரியவில்லை.

அதற்கு ரங்கம்மாள் நான் சொல்லிருந்தால் பிரியாணியோட முடிஞ்சிருக்கும் உன்ன சொல்ல வச்சு எனக்கு பிடித்தமான எல்லா உணவையும் வாங்க வச்சுட்டேனே என்று சிறு பிள்ளைபோல் கேளி செய்தாய்.

சரி சாப்பிடு என்று சொல்லி இருவருமே சாப்பிட ஆரம்பித்தோம். சாப்பிட்டு கொண்டிருக்கும் போதே என்னையே பார்த்துக்கொண்டே இருந்தாய். இவள் ஏன் பாக்குறா ஒருவேளை சிக்கன் பீஸ்க்கு தான் பாக்குறாளு சிக்கனை எடுத்து அவள் இலையில் வைத்தேன் .சீசீ எனக்கு சிக்கன் வேண்டாம் என்றாய். பிறகு ஏன் பார்க்கிறாய் பிடிக்கவில்லையா உணவு என்றேன். இல்லை உணவு பிடித்திருக்கிறது. உன் இதழ் வழியே என் இலை உணவை என் விரல் கொண்டு ஊட்டிட வேண்டும் என்றாய்.

ரங்கம்மாள் ஆசை எனக்கான ஆணை அல்லவா! அதை தான் மறுக்க முடியுமா? நான் ஆஆ என்றேன் அவள் வெக்கத்தோடு அக்கம் பக்கம் யாராவது பார்க்கிறார்களா என்று பதற்றத்தோடு ரங்கம்மாள் அவள் விரல் கொண்டு உணவை ஊட்டிவிட்டாள் .

இறைவனே இறைவியின் காதலுக்காக, அன்பிற்காக, அரவணைப்பிற்காக ஏங்கி தவித்துக் கொண்டிருந்த நிகழ்வை பல இதிகாசங்கள் இனிமை மாறாமல் எடுத்துரைக்கின்றதை மறந்தேனோ! இறைவனுக்கு இந்த கதி என்றால் நான் எல்லாம் எம்மாத்திரம் . அவள் விரல் கொண்டு உணவை ஊட்டும் வரம் வேறு எங்கும் கிடைத்திடுமா? இல்லை வரங்கள் வேண்டாம் என்றும் சொல்லும் அடியார் தான் அகிலத்தில் உண்டோ! அவள் தரும் வரங்களில் குதித்து குளித்தேன். இருவருமே விரல் கொண்டு இலை உணவை இதழ் வழியே பரிமாற்றும் நிகழ்வை அரங்கேற்றினோம். சுவை அதிகரித்து கொண்டே இருந்தது. உணவு சுவையா? இல்லை உணவூட்டும் அவள் விரல்

சுவையா? என்று அறியாமலே சுவைத்துக் கொண்டிருந்தேன். இருவருமே சாப்பிட்டு முடித்தோம்.

பிறகு சாப்பிட்டதுக்கு பணம் செலுத்தி விட்டு அங்கிருந்து கிளம்ப ஆரம்பித்தோம். (காதலில் பணம் கூட செலவு செய்து விடலாம். ஆனால் நேரம் செலவிடுவது தான் சிலருக்கு கடினமாக இருக்கிறது. காதலுக்காக நேரங்களை செலவிட ஆரம்பித்தால் அந்த காதலுக்கு இடைவெளி கிடையாது உணர்ந்து காதலியுங்கள்)

சிறிது நேரம் எங்கேயாவது அமர்ந்து செல்வோம் என்றாய். சரிவா என்றபோது அந்த வழியில் கண்ணம் சுருங்கி வளைந்த முதுகுடன் மூதாட்டி கையில் கட்டப்பையோடு தூக்கமுடியாமல் தூக்கி வருவதை கண்டு அங்கே நின்று விட்டேன். ஏன் நின்றுவிட்டாய் என்று கேட்டாய்.

ஒரு நிமிடம் என்று அந்த மூதாட்டி அருகில் சென்றேன். ஆத்தா பையை கொடுங்கள் நான் தூக்கி வருகிறேன் என்றேன். அந்த பாட்டி சிறு புன்னகையுடன் பையை கொடுத்தார். அவள் கைவிரலை பிடித்திருந்த நான் கைவிரல்களை விட்டு ஆத்தாவின் கைகளை பற்றிக் கொண்டு நடத்தேன். ஆத்தாடி ஆத்தா விரல் பிடித்தற்கே கோவிக்கிறாளே கோவபழிதிதழ்காரி.

ஆத்தா ஏன் இந்த வெயில் சுமையோடு வருகிறீர்கள். எந்த ஊர்? எங்கே செல்வதற்காக இவ்விடம் வந்தீர்கள் என்றேன்.

அதற்கு சிரித்துக்கொண்டே நான் சுமையென்று பாராமல் சுமந்த என் மகன் எனை சுமையென்று போ என்றதால் சுமையோடு நான் இங்கு வந்தேன் என்றார். என் கண் கலங்கின.பிறகு அவர்களை பக்கத்தில் உள்ள ஹோட்டலுக்கு அழைத்து சென்று அவர் மனம் நிறைய பசியாற வைத்தேன். களைத்து போன முகம் எங்களோடு பேசி சிரித்து மலர்ந்தது.அந்த நொடியில் இருந்த மகிழ்ச்சி கடைசி நொடிவரை அந்த ஆத்தாவிற்கு இருந்திருந்தால் எவ்வளவு நல்லா இருந்திருங்கும். இவளோ அழகான முகத்தை எப்படி தான் காயப்படுத்த மனம் வந்ததோ. (தாய் சுமை என்று நினைந்தால் இங்கு நீயே விளைந்திருக்க மாட்டாய். விளைவு எதுவாயினும் அவர் விதி முடியும் வரை உன் அருகில் வைத்து அழகு பார்ப்பதே நல்மதி கொண்டவன் ஆவன். சுமையென்று

நினைத்தால் இன்று அவர்களுக்கு நாளை உனக்கு என்பதை மறவாதே) பிறகு அவர் செல்ல விரும்பிய இடத்திற்கு அவரை அனுப்பி வைத்தோம்.

அங்கிருந்த பூங்காவில் அமர்ந்திருந்தோம். அப்போது ரங்கம்மாள் முதன்முதலில் நாம் இங்க வந்திருக்கின்றோமே நான் நினைவில் வைத்துக்கொள்ள நீ எந்த அளவிற்கு என்னை நேசிக்கின்றாய் என்று உணர்த்தும் அளவிற்கு எனக்கு என்ன பரிசளிப்பாய் என்று கேட்டாய்.

நான் ஒரு நிமிடம் என்று சொல்லி கடைகளில் திரிந்து அலைந்து வாங்கி வந்தேன். என்ன வாங்கி வந்தாய் என்று கேட்டாய்.

உன் பாதங்களுக்கு காலனி வாங்கி வந்தேன் என்றேன். அதற்கு செருப்பா? அதை யாராவது நினைவு பரிசாய் கொடுப்பார்களா? இது தான் உன் காதலா என்று கேட்டாய்.

அதற்கு நான் உன் கால்களுக்கு மட்டும் அல்ல உனக்கும் காவலனாய் இருப்பேன். என்று உணர்த்தவே உன் கால்களுக்கு காவலனாய் காலனி வாங்கி வந்தேன்.காலனி போல் உன்னை சுமந்து கொண்டே இருப்பேன். நான் தேய்ந்தாலும் உன்னை தாங்குவேன். குளிரோ வெயிலோ இன்பமோ துன்பமோ எல்லா சூழ்நிலையிலும் உன்னை சுமந்துக்கொண்டே இருப்பேன். நீ எங்கு சென்றாலும் நான் அங்கிப்பேன் உனதருகில் இருப்பேன். அதை உணர்த்தவே உனக்கு காலனி வாங்கிவந்தேன். என்னை வெறுத்து வேண்டாம் என்று விட்டு சென்றாலும் அதே இடத்தில் உனக்காக காத்திருப்பேன். வாசலில் வெளியே உள்ள செருப்பு போல இதை உணர்த்தவே நான் வாங்கி வந்தேன். அதைவிட உன் பாதத்தில் கிடப்பது எவ்வளவு அழகாக வரம்.அந்த காலனி மாறி உன் பாதத்திலே உயிர் வாழ்வேன் என்றேன்.நீயே சொல் இதைவிட பரிசு வேண்டுமா? இதைவிட என்காதலை உணர்த்த முடியுமா? என்றேன்.

அதற்கு ஒரு காலனியில் இவ்வளவு விஷயமா?யாராவது காலனியுடன் காதலை ஒப்பிடுவாரா. ஒரு ஆண் பெண் பாதத்தை தொடுவது பாவம் அல்லவா என்றாய்.

அடியேன் நானோ, உன் பாதம் என் சாபம் நீங்கும் புனித இடம் அல்லவா. சாகா வரம் தரும் அமிர்தம் பொங்கி வழியும் இடம் அல்லவா. உயிர்கள் வாழும் உயரிய உரிய இடம் உன் பாதம் அல்லவா. உன்பாதத்தை பூஜிக்காமல் இருப்பதே பாவம்.

படர்ந்து விரிந்து கிடக்கும் மணலில் உன் பாதம் பட்டுமே ஓவியமாகிறது.வண்ண பூச்சு உன் நகத்தில் இடம்பெற்றதால் பேரழகாகிறது. அத்தனை இசையும் உன் பாதத்தில் கொலுசாய் ஒளிந்துக்கொண்டிருக்கிறது. அத்தனை உன் பாதத்தில் குடியேற குடியுரிமை பெற்றுள்ளதோ! உயிரற்ற பொருளே உன் பாதத்தில் குடியேற தவம் இருக்கையில் உன்னக்கே உரியவன் எனக்கான உரியவள் நீ நான் உன் பாதத்தில் கிடப்பதே எனக்கான வரம். உன் பாதத்திலே வாழ்வது எனது தவம். இதை போல் பாவம் என்கிறாய் பாதகத்தி. என் இறுதிகாலத்தில் கூட உன் பாதத்திலே வாழ்ந்து இறந்திடவேண்டும். அதுவே எனது ஆசையாகும் ரங்கம்மாள்.

என்னவளுக்கு கண்ணில் காவேரி கசிய ஆரம்பித்தது. இதுவரை நான் உனக்கு ஏதும் செய்யவில்லை இருப்பினும் ஏன் என்மீது இவ்வளவு காதல் வைத்துள்ளாய்.உன் அன்புக்கு நான் தகுதியானவளாணு சத்தியமா தெரியல. காலனியிலும் காதல் உண்டு என்பதை உன்னைவிட வேற யாராலையும் உணர்த்த முடியாது மதி என்றாய்.

என்ன ஆனாலும் நானே உன்ன வேண்டாம் என்று சொன்னாலும் என்ன போகவிட்டுறாத. அப்படி போன உன்னைவிட நான் தான் அதிகமா மிஸ் பண்ணுவேன் அவஸ்தை படுவேன்டா மதி என்றாய்.

நிஜமாவே எனக்கு தெரியல ரங்கம்மாள் .எனக்கு ஏன் உன்னை இவ்வளவு புடிச்சுருக்குனு. நீதான் சொல்லனும் எனக்கு ஏன் உன்னை இவ்வளவு புடிச்சுருக்குனு. கேள்வி எங்கே பிறந்ததோ அங்கே தானே பதிலும் படுத்தே கிடக்கும். அப்போ நீதானே ரங்கம்மாள் தேடி சொல்லனும் எனக்கு ஏன் உன்னை இவ்வளவு புடிச்சுருக்குனு.

அதற்கு சிரித்துக் கொண்டு உன்னிடம் பேசி வெல்ல முடியுமா? வா செல்லலாம் நேரம் ஆயிருச்சு என்று மதுரையில் இருந்து கிளம்ப ஆரம்பித்தோம்.

அங்கு நடந்த நிகழ்வை சொல்ல நாளொன்று போதுமா? அவள் ஒரு அதிசய தீவு தான். அவளருகில் இருக்கும் போது ஒவ்வொரு திசையிலும் புதுவித அனுபவங்கள்,புதைந்திருக்கும் அழகிய மர்மங்கள்,இவையெல்லாம் எந்த இலக்கணம் கொண்டு எடுத்துரைப்பேன். அவள் ஒரு அதிசய தீவு தான். பேசிக்கொண்டே ஊரை வந்தடைந்தோம். அவள் பாதுகாப்பாக வீட்டுக்கு சென்று விட்டாளா என்று பார்க்க அவளுக்கு பாதுகாப்பாய் அவளை தொடர்ந்து வீட்டுகுள் சென்றதை பார்த்து விட்டு நானும் சென்றேன். நான் தங்கியிருந்த அறைக்கு.

வெகு நேரம் கழித்து அலைபேசியில் அழைத்தாய். சிரிப்பு முகத்தழகி குரல் சிதைந்து அழுதுக்கொண்டே பேசினாய்.

அவள் அழுக்குரல் கேட்டதுமே இமை அணை திறந்து கண்ணீர் ஆறு பெருக்கெடுத்து ஓட தொடங்கியது. என்னாச்சு ,என்னாசு என்று கேட்க ,

மதி, மதி என்னு என் பெயரை மட்டும் சொல்லிக்கொண்டே இருந்தாய்.

பிரியமானவளின் அழுகையின் பின்னணி புரிந்தது.

மாதம் தோறும்,
மறுக்காமல் மறக்காமல்,
வரும் அந்த புனித நாட்கள்.

பெண்களுக்கு,
மகத்துவமான அந்த நாட்கள்..
அவர்களின்,
உடல்நலத்திற்கு,
மருத்துவமான அந்த நாட்கள்..

பெண்மைக்கு,
பெருமை சேர்க்கும்,
அந்த நாட்கள்...
தாய்மை,
பற்றி பேசிய வாய்கள்,
தீட்டு என்று தள்ளி,
வைத்த அந்த நாட்கள்.

வலிக்கு,
வழிதெரியாமல் திணறி,
தவித்த அந்த நாட்கள்..
உதிரத்தோடு,
உறவாடிய அந்த நாட்கள்..

சமையல் அறையில்,
இருந்து சாமி அறை,
வரை ஓடித்திரிந்த,
கால்களை தீட்டு,
என்ற கயிற்றால்
கட்டிப்போட்ட, அந்த நாட்கள்..

சிரித்த முகம்,
சற்று சிவந்தே,
இருக்கும் அந்த நாட்களில்.
நடை மாறும்
,நாப்கின் உரசலில்,
உயிர்போகும் அந்த நாட்களில்.

முதுகு தண்டிற்கு,
மூச்சு திணறல்,
வருவதுண்டு அந்த நாட்களில்....
அச்ச பயத்தில்,
அடிக்கடி சரிசெய்து,
கொள்வதுண்டு அந்த நாட்களில்.

மகப்பேறு வலியை,
மாதம் தோறும்,
உணர்வதுண்டு அந்த நாட்களில்...
அடிவயிற்று வலியில்,
வதங்குவதுண்டு அந்த நாட்களில்.

விலா எலும்புகளும்,
அடிக்கடி நொறுங்குவது,
போல் வலி உண்டு அந்த நாட்களில்....

ஆம் அவளுக்கு அன்று வயிறு வலி. எனக்கு என்ன செய்வதென்றே தெரியவில்லை, யாரிடம் சென்று கேட்பது. இந்த வலி சரியாக என்ன செய்ய வேண்டும் என்று. மருத்துவ குறிப்பில் தேடினேன். சில மருத்துவ முறைகளையும் அவளிடம் கூறினேன். அனைத்தும் வீணாகியது. அவளுக்கு சரியாகவில்லை.வலி அதிகரித்துக்கொண்டே இருந்தது.பிறருக்காக மட்டும் வேண்டிய நான். இப்போழுது எனக்காக என்னவளுக்காக வேண்டினேன்.

என்னால் அவள் படும் வலியை காண இயலவில்லை. என்னால் அவள் படும் வலியை பாதிக்கூட தாங்குவேனா என்று தெரியவில்லை. பரவாயில்லை சற்று பயமாக தான் இருக்கிறது. இருந்தும் கேட்கிறேன். அவள் வலியை எனக்கு கொடுத்துவிடு இறைவா, எனக்கு இதை தவிர வேறு வழி தெரியவில்லை என்று கதறிய நாள் அதை மறக்கமுடியுமா?. இயற்கை விதிகளை தான் மாற்றி அமைக்க முடியாமா? அவள் வாடியதை கண்டு நானும் வாடினேன்.அவள் வலிகண்டு நான் கண்ணீர் வடிக்கிறேன் என்று அவளுக்கு தெரிந்தால் இன்னும் அவளுக்கு வலிக்குமே என்று மௌனமொழியால் கண்ணீருக்கு வழி விட்டேன்.
(பெண் பிறவியிலே அற்புதமான குணமுடையவள். அவள் தான் பல பிறப்புகளுக்கு அர்த்தமானவர்.

அபூர்வமானவள்.அவளை இந்த நேரத்தில் அரவணைத்து அவளை போற்றிக்காப்பதே ஆண்களின் கடமையாகும்.)

அப்போது தான் ஒன்று புரிந்தது. ரங்கம்மாள் என்னிடம் கூறி அழுவது மருந்துக்காக அல்ல. வலிக்காக அல்லா. அன்பானவனின் அரவணைப்புக்காக என்று அடியேன் எவ்வாறு அறிவான். பிறகு அறிந்துக்கொண்டேன். அவளுக்கு தேவை அன்பான வார்த்தைகள். அரவணைப்போடு அவளுக்கான பணிவிடைகள். கோபத்தில் கத்தினால் கூட அது காதல் பாடல் என்று கேட்டுக்கொள்ளவேண்டும். அவளுக்கு இப்போ நான் தேவை. என் அரவணைப்பு தேவை. என் காதல் முழுவதும் அவள் கால் விரல்களில் கொண்டு செல்ல நான் தேவை. நேரில் செல்ல முடியவில்லை என்றால் என்ன நான் தான் உனதருகிலே இருக்கேனே. வீடியோ கால் வழியே நான் வருகிறேன். உன் வலிக்கும் சேர்த்து அன்பு தருக்கிறேன். வா ரங்கம்மாள் என்று வீடியோ காலில் இணைப்பை இணைத்தேன்.

வீடியோ காலில் என் முகத்தை பார்த்துமே சூரியனை கண்ட செந்தாமரை போல் அவள் முகம் பொலிவோடு மலர ஆரம்பித்தது. வலிகள் மறந்து கதைக்க ஆரம்பித்தாய். .நேரங்களை கடத்த நினைத்தோம். ஆனால் நேரங்கள் எங்களை நேர்த்தியாக கடத்திக்கொண்டு சென்றது அவளது தேன்குரல் இசை கேட்டுக்கொண்டே. சாப்பிட்டாயா என்று கேட்டேன்.ம்ம்ம் உன்னிடம் பேசியதில் வலி மறந்து சாப்பிட்டு விட்டேன் என்றாய்.

பாதகத்தி நீ சாப்பிட்டாயா என்று கேட்கிறாளா? பசிவேறு உயிரே போய்கிறது .இப்போது பசிக்கிறது என்று சொன்னால் கோபம் கொள்வாளோ? என்று பயந்து கொண்டே அன்பானவளிடம் அன்னம் உன்ன அனுமதிக்கேட்டேன்.அய்யோ மதி நீ இன்னும் சாப்பிடவில்லையா? போ மதி போயி சாப்பிட்டு வா என்றாய்.

உடனே வைத்தால் எப்போ வைப்பா எப்போ போகலாமுனு இருந்தியோனு கேட்பா குட்டச்சி கொஞ்ச நேரம் பேசிட்டு போறேன் என்றேன்.அதற்கு நடிக்காத போயி சாப்பிடுடா மதி செல்லம் என்றாய்.சரி என்று அலைபேசியை வைத்து விட்டு ஹோட்டலுக்கு செல்ல பைக்கை எடுத்தேன்.

செல்லும் வழியில் ஹெல்மெட் அணியாதவர்களை போலிசார் மறித்து அபாரத வேட்டையில் ஈடுப்பட்டிருந்தனர். உங்க நல்லதுக்காக தானே அரசு ஹெல்மெட் அணிந்து வாகனம் ஓட்ட சொல்லுறாங்க. நீங்க ஏன் புரிஞ்சுக்க மாட்டேங்குறீங்க,"தலை கவசம் உயிர் கவசம்" என்று சொல்லியப்படியே பணங்களை வசூல் செய்துக்கொண்டிருந்தனர். அங்கு அருகில் உள்ள பெட்டிகடையில் புகை பிடிக்காதீர்! புகை பிடிக்க அனுமதிக்காதீர்! என்ற வசன பலகை வைக்கப்படுள்ளது. அதை பார்த்து படித்து விட்டு ஒரு சிகரெட் பாக்கெட் கொடுங்கள் என்று ரூல்ஸ் பேசிய அதே போலிசார் வாங்கி அதை பற்ற வைத்துக்கொண்டு அதே சாலையில் நடந்து செல்வதை கண்டேன். அவர் செல்லும் வழியிலே அரசு அங்கீகாரம் பெற்ற ஓயின் சாப் ஒன்று இருந்தது. அதில் "மது நாட்டிக்கும் வீட்டிக்கும் உடல்நலத்திற்கும் கேடு" என்று எழுதப்பட்டிருந்தது. அதை பார்த்துவிட்டு கூட்டத்தோடு கூட்டமாக அந்த போலிசார் மது பாட்டிலை வாங்கி சென்றார்.

புகையிலை மற்றும் மது போதை பொருட்களை தடை செய்து அபராதம் செய்ய வேண்டிய அரசு மற்றும் போலிசார்களே அதற்கு அனுமதி செய்து நடைமுறைபடுத்துக்கிறார்கள். தினமும் உயிரை பறிக்கும் கொடிய பழக்கங்களை தடை செய்யாமல் ஹெல்மெட் அணியாமல் செல்வோர்களை மட்டும் மறித்து அபராதம் விதிப்பது நியாயமா?

மரியாதைக்குரிய முதல்வரே! வணக்கங்கள். வாகனங்களில் விரைவாக சென்று விபத்தில் விரைவாக இறைவடி சேராமல் இருப்பதற்கு மிதவேகமாகவும் தலை கவசம் கட்டாயமாக அணிந்திருக்க வேண்டும் இல்லை அபராதம் வசூலிக்கப்படும் என்ற திட்டத்தை நான் வரவேற்க்கிறேன், வாழ்த்துக்களையும் தெருவித்துக்கொள்கிறேன். அன்றாட தினக்கூலி வீட்டில் தினந்தோறும் ஒருவர் இறந்துக்கொண்டிருக்கிறார்கள். ஒவ்வொரு பெண்களும் அவர்க்களின் தந்தையும்,சகோதர்களும் இழந்துக்கொண்டிருக்கிறார்கள் மது பழக்கத்தினால். அதை அரசே எடுத்து நடத்துவது எந்த விதத்தில் நியாயம்? காலையில் எழுந்து அப்பா வருவார் பிடித்த உணவுகளை வாங்கி வருவார் என்று வாசலையே

பார்த்துக்கொண்டிருக்கும் அந்த சின்ன குழந்தை எவ்வாறு தெரியும் மதுக்கு அடிமையான தந்தை இறைவனடி சேர்ந்துவிட்டார் என்று. ஒவ்வொரு தாய்மார்களின் அழுக்குரல் கேட்டவில்லையா? புகைப்பழக்கதினால் அதை பிடிப்பர்களை மட்டும் அல்லாமல் சுற்றுயுள்ளவர்களையும், சுற்றுசூழல்களையும் பாதிக்கிறதே அதை பற்றி அரசு அறியவில்லையா? கார்பேட்காரர்களிடம் பணம் வாங்கி கொண்டு அனுமதித்து வெறும் விளம்பர பலகையில் விழிப்புணர்வு செய்வது எந்த விதத்தில் நியாயம்? இவை மட்டும் தான் அரசின் கடமையா? ஹெல்மெட் அணியாமல் இருந்தால் மட்டும் தான் அரசு கோபப்படுமா? அவர்களின் உயிர் மட்டும் தான் மதிக்கப்படுமா? போதை பழக்கதில் யாரும் சாகவில்லை. அரசே போதை பழக்கம் என்னும் ஆயுதத்தை வைத்து மக்களை தினந்தோறும் கொன்றுகுவிக்கும் கூலிபடை என்று மறவாதீர்கள்!

ஐயா மக்கள் நீங்கள் நல்லது செய்வீர் என்று தான் அரியணையில் ஏற்றி வைத்துள்ளனர். அவர்களுக்கு நன்றி கடனைவிட உயிர் கடனை கொடுங்கள். நிறைய தாய் மார்களின் வலியை சரி செய்க. மது மற்றும் புகையிலை போதைபழக்கங்களை முழுவதுமாக தடை செய்யுங்கள். விபத்தில் இறப்பதை விட போதை பழக்கத்தால் அதிக உயிர் கானல் நீரை போல் மறைந்துவிட்டது. அனைத்து போதை பழக்கதிற்கு தடைவிதித்து மக்களின் கவலைகளை விடுவித்து விடுங்கள்.
என்று முதல்வருக்கு கடிதம் மூலமாக கோரிக்கைகளை பதிவு செய்தேன்!

தங்கிருந்த அறைக்கு சென்றேன். திடீரென அம்மாவின் நினைவு என்னை நிலைகுலைய வைத்தது. ஒருநாளில் இருமுறையாவது பேசிவிடுவேன்.ஆனால் அன்று பேசவே இல்லை. அம்மா உன்னிடம் பேசனும் போல இருக்கு என்று மனதில் நினைத்துக்கொண்டிருக்கும் போதே தெய்வங்களுக்கே கிடைக்காத வரமானவள், எனது அன்னை அலைபேசியில் அழைத்தார். என்ன ஒரு ஆச்சரியம் நினைக்க தான் செய்தேன்,உடனே அழைத்துவிட்டார். மனதிற்கு அவ்வளவு சக்தியா? என்று நினைத்துக்கொண்டே அழைப்பை ஏற்றேன். மதி எப்படி இருக்க ஏன் காலையில் இருந்து பேசவில்லை? உடம்பு ஏதும் சரியில்லையா ? நீ

என்னை நினைத்ததை போல இருந்தது அதான் நானே அழைத்துவிட்டேன் என்றார். கண்ணீர் கசிந்துக்கொண்டிருக்கும் நொடியில் சிரித்துக்கொண்டே ஒன்னும் இல்லை அம்மா. வேலையாய் இருந்துவிட்டேன் அதான் அலைபேசியில் அழைக்கமுடியாமல் போயிற்று அம்மா என்றேன். சரிப்பா சாப்பிட்டியா? நாளைக்கு என்ன நாளுனு தெரியுமா? என்று கேட்டார். ம்ம்ம் தெரியும் அம்மா என்று சொல்லி அழைப்பை துண்டித்துவிட்டேன்.

அதை எப்படி அம்மா மறப்பேன். எனக்கு அர்த்தமான நாளாச்சே! அற்புதமான நாளாச்சே! அதை எப்படி அம்மா மறப்பேன்! உனக்கு தெரியும் அம்மா எனக்கு நாளைக்கு எவ்வளவு சிறப்பான நாளுனு. நான் எவ்வளவு சந்தோஷமாக கொண்டாடுவேனு உனக்கு தெரியும் அம்மா. ஆனால் உனக்கே தெரியாத உன்மை என்னன்னா எனக்கு இரட்டை சிறப்பான நாள் அம்மா.சந்தோஷமான நாள் அம்மா. இது உனக்கே தெரியாதுமா.

யாருக்குமே கிடைக்காத வரம் எனக்கு கிடைச்சுருக்கு அம்மா. என்னை உருவாக்கிய உலகம் ஒரு பக்கம், எனக்கான உலகத்தையே உருவாக்க போகிற எனது உயிர் ஒரு பக்கம். இரண்டிற்கும் இணை இவ்வுலகிலே ஏதும் இல்லை என்பதே நிதர்சனமான உண்மை. என் அன்னையின் அன்பின் நகல் அவள். நகலை பார்க்கும் போதெல்லாம் நிஜம் தான் கண்முன்னே தோன்றுகிறது.

அதிசயங்கள் அடிக்கடி நடப்பதில்லை என்பதால் இடைவெளியிட்டு அதிசயங்களை அதிரடியாக வெளியிட்டாரோ அதே நாட்களில் பிரம்மதேவன்.

உங்களை பற்றி நான் எப்படி சொல்லுவேன். ஒருவரை பற்றி சொன்னால் அதில் இன்னொருபவரும் இருப்பரே. இதில் நான் யாரை பற்றி சொல்ல... அந்த நாள் என்னவென்று நான் சொல்ல..

சொர்க்கத்தில் மட்டுமே வாழ்ந்த தேவதைகள் மண்ணுலகத்தில் மதிக்காக வருவார்கள் என்று மதி கனவா கண்டான். காண்கிறது கனவு என்றால் நடந்து கொண்டிருப்பதை என்னவென்று சொல்லுவேன்.

ஒரு தேவதை போதாதென்று இரண்டு தேவதைகளை எனக்காக அனுப்பிய நாள் அது. ஆண்டுகள் தான் மாறியுள்ளது. நாட்களும் எனக்காக ஆட்களும் மாறவில்லை!! ஆம் எனது தாய் பிறந்த நாளிலே என்னவளும் பிறந்தால். நாளை இருவருக்குமே பிறந்த நாள்.

இரவுகள் எனை கடத்திக்கொண்டே போனது அவர்களின் பிறந்த தினங்களை நோக்கி. பிறந்த தினத்தில் அன்று இருவர்களில் யாருடையாவது இருக்கவேண்டும் என்று நினைக்கும் போதே என் தாய் அரியாசனம் போட்டு அமர்ந்துவிட்டார் என் சிந்தனையில். உடனே எனது அன்பான தம்பியை (பைக்) எடுத்து வந்து அன்னையை பார்க்க அன்னைக்கே சென்றுவிட்டேன். எனக்கானவள் என்னவள் எனக்காக காத்துக்கொண்டிருந்தாள் உரையாடலுக்காக,கொஞ்சி பேசிட குருஞ்செய்தி குவியும் வாட்ஸ்அபில் இணைந்தேன். அவள் எனது வாழ்த்துக்களுக்கும், அன்புக்கும் காத்திருந்தாள். நான் எதுவும் தெரியாததை போல் எப்போதும் பேசுவதை போல் பேசிக்கொண்டிருந்தேன். அவள் பல முறை தெரியப்படுத்த முயன்றால், மதி நாளைக்கு என்ன நாள் என்று தெரியுமா? எல்லாரும் வாழ்த்துக்கள் சொல்ல ஆரம்பிச்சுடாங்க என்று மறைமுகமாக என்னிடம் கூறினாள். நானோ நாளை எதுவும் விஷேசம் ஏதுவும் இல்லையே, பிறகு ஏன் வாழ்த்துக்கள் என்று கேட்க அவளோ ஒன்றும் இல்லை தூக்கம் வருகிறது நான் செல்கிறேன் என்று சொல்லி சென்றுவிட்டாள்.

அய்யோ பாவம் குட்டச்சி கோபத்தில் சென்றுவிட்டாள். சரி 12மணி வரை காத்திருப்போம் என்று காத்திருந்தேன். சரியாக மணி ஆனது எனது மன்னவளுக்கு அலைபேசியில் அழைத்தேன்.அவளும் எதுவும் தெரியாததை போல் நாடகத்தை நடத்தினால், நடிகர்திலகம் சிவாஜி கூட தோற்று போவார் என் மன்னவளின் நடிப்பில். என்ன மதி இந்த நேரத்தில் அழைத்திருக்கிறாய் உடம்புக்கு சரி இல்லையா? பேசனும் போல இருந்ததா? என்று கேட்டாள். சற்று நடிப்பதை விடு நான் சொல்வதை செவிக்கொண்டு கேள். எனக்கு எல்லாரும் மாறி கவிப்பாடி பரிசு மழையில் நனைந்து பிறந்த நாள் வாழ்த்துக்கள் சொல்ல தெரியாது.ஆனால் ஒன்னு மட்டும் தெரியும், உன் கருவிழி இமை மையை போல உன்னுடன் ஒட்டிக்கொண்டே உன் வாழ்க்கை பயணத்தில் பயணாளியாய் இல்லாமல் " நீ பயணியாய் நான் படகாய்

'இருவருமே சேர்ந்தே காப்போம்.நீ போகும் தூரம் வரை பாரம் என்று பாராமல் பாலமாய் ,படகாய், பயணமாய் நானே வருவேன். இன்று போல் உன் பிறந்த நாளை கொண்டாடுவேன். பிறந்த தினங்களில் மட்டும் அல்ல தினம் தினம் உன்னை கொண்டாடுவேன். அந்த கொண்டாட்டத்தில் பல இன்பங்கள் வரலாம், சில கசப்பான துன்பங்கள் வரலாம், அதை அனைத்தும் காதல் பசிக்கான உணவு என்று சேர்ந்தே புசித்திடுவோம், எதையும் ஒதுக்கிவிட வேண்டாம். அனைத்தின் ருசி எப்படி இருக்கும் என்பதை பார்ப்போம். இனிப்பின் அருமை சில கசப்பான பண்டங்களை உண்ணும் போது தானே தெரியும். அதே போல் சில சண்டைகளில் தானே நம் அன்பின் வேர் பற்றி அறியலாம். சேர்ந்தே அறிய எனக்கு வாய்ப்பு கொடுப்பாயா? எனது அன்பான ரங்கம்மா என்று சொல்லியப்படியே இனிய பிறந்தநாள் நல்வாழ்த்துக்கள் என்றேன்.

உன்னை தவிர இதை யாரும் சிறப்பா சொல்லிருக்க முடியாது, எனக்கு யாரும் சொல்லிருக்க மாட்டாங்க டா மதி. நீ எப்போதும் என் கூடவே இரு. நான் இஷ்டப்பட்டாலும் படமா போனாலும் எனகூடவே இரு என்றாய். பேசி நேரங்களை செலவு செய்து காதலை பெற்றுக்கொண்டிருந்தோம். பிறகு நீ நாளைக்கு பிறந்த நாள் பொண்ணு அழகாய் இருக்க வேண்டும் போய் தூங்கு கோவிலுக்கு போ என்று சொல்லி இருவரும் அழைப்பில் இருந்து சென்றோம்.

வீட்டுக்குள் செல்லும் போது தான் தெரிந்தது அம்மாக்கு வாழ்த்துக்கள் சொல்லவே இல்லையே என்று. என் தாய் ஏக்கத்தோடு இருந்தாங்க. நான் அருகில் சென்று அம்மா அம்மா நீ பிறந்தது காலையில் தான் என்று ஆத்தா சொன்னாங்க சரி பரவாயில்லை நான் இப்போதே வாழ்த்துக்கள் சொல்கிறேன். இனிய பிறந்தநாள் நல்வாழ்த்துக்கள் அம்மா என்றேன்.

பிறகு பகலை அடைய வேண்டும் என்றால் இரவை கடந்தாக வேண்டும் என்பதற்காக இரவை தூங்கி கடக்க முயன்று வெற்றியும் பெற்றேன். விடிந்தது எப்போதும் போல அவளுக்கு காலை வணக்கம் என்று மெசேஜ் செய்து விட்டு அன்றாட வேலைகளை செய்ய ஆரம்பித்தேன். அவளோ குட்டிப்போட்ட பூனை போல் முணுமுணுக்க ஆரம்பித்தாய், அவளின் தோழி அந்தையம்மாளிடம். அந்தையம்மாள்

அவளுக்கு மட்டும் தோழி அல்ல எனக்கும் நெருக்கிய சகோதரி போல் உள்ளவள். அந்தையம்மாளிடம் என் ஆசை ரங்கம்மாள் மதிக்கு என் மீது அன்பு இல்லை, காதல் இல்லை. நாங்கள் காதல் கொண்டு வருகிற முதல் பிறந்த நாள் இது. ஆனால் ஒரு காதல் பரிசு கூட இல்லை, ஆசையாய் அன்பாய் கொஞ்சலுடன் கூடிய ஒரு அலைபேசியின் அழைப்புக்கூட வரவில்லை. அவனுக்கு என் மீது காதல் இல்லை என்று புலம்பி தீர்த்தாய் அந்தையம்மாளிடம் என் ரங்கம்மாள்.

அந்தையம்மாள் உடனே எனக்கு அலைபேசியில் அழைத்து சமந்தம் இல்லாமல் எனை திட்ட ஆரம்பித்தாள்.

எனக்கு எதுவும் விளங்கவில்லை. சற்று அமைதியாக இரு. என்னவாயிற்று அந்தையம்மாள் ஏன் என்மீது இவ்வளவு கோபம் என்று கேட்டேன். அதற்கு நீ ஏன் ரங்கம்மாளுக்கு காதல் பரிசு கொடுக்கவில்லை,ஏன் அன்பு வார்த்தை ஏதும் பேசவில்லை,நீங்கள் காதல் கொண்டு வரும் முதல் பிறந்த நாள் இது. அவள் இந்நாள் அன்று வருத்தத்தில் உள்ளாள். பிறகு உன்னை திட்டாமல் என்செய்வேன் என்றாள்.

அதீத காதல் கொண்ட ரங்கம்மாளுக்கே எனை பற்றி புரியவில்லை. உனக்கா புரியப்போகிறது. நான் இதை எப்படி உன்னிடம் விளக்கி சொல்லுவேன்.

இல்லாதவர்களுக்கு இருப்பதை கொடுத்து உதவுவதை விட மிகப்பெரிய விடயம் இவ்வுலகில் ஏதேனும் உண்டோ? அவள் பிறந்த நாள் அன்று ரங்கம்மாள் என்ற அவள் பெயரில் பெற்றெடுத்தோர் காணகிடைக்காத சிரிப்பு வரம் மழைகளை பொழிகின்ற மழலைகளுக்கும் ,வயதாகி விட்டது இவை இனி பயனில்லை என்று ஒதுக்கி புறந்தள்ளிய குழந்தை குணமுடை பெரியோர்களும் அன்று ஒரு நாள் முழுவதும் உண்ண உணவுகளை குழந்தை மற்றும் முதியோர் இல்லத்திற்கு அவள் பெயரில் வழங்கியுள்ளேன் என்பதை நான் எவ்வாறு அவளிடம் கூறுவேன். அவளுக்கு பரிசுக்கு பதிலாக பெரியோரின் ஆசியும் அன்பையும் அள்ளிக்கொடுத்துள்ளேன் என்பதை அவளிடம் நான் எவ்வாறு சொல்வேன். அது மட்டும் இல்லாமல் அவள் பிறந்த நாள் அன்று மரகன்றுகளை கொடுத்தும், நட்டுள்ளேன்.என் அன்பை போல், அவள் பற்றி வரும் நினைவை போல் அதுவும் வளர்ந்துக்கொண்டே இருக்கும் மரங்களும் என்று அவளிடம்

எப்படி சொல்லுவேன். இதை விட காதல் பரிசு இவ்வுலகில் ஏதேனும் உண்டா? என்று. அதற்கு அந்தையம்மாள் நிஜமாகவே நீ சிறந்தவன் தான் என்று சிறுபுன்னகையோடு விடைப்பெற்றாள்.

இந்த விஷயம் அறிந்த ரங்கம்மாள் மதி என்னை மன்னித்துவிடு. உன்னை விட என்னை இந்த அளவுக்கு காதல் செய்திட முடியாது. இதே விட காதல் பரிசு யாராலையும் கொடுத்திட முடியாது. உன்னை அதீத காதல் செய்து உனை பார்த்துக்கொள்வேன் மதி என்றாய்.

என் ஆசை ரங்கம்மாள். பிறகு நல்லா பேசி சிரித்து விடைப்பெற்று சென்றாள் ரங்கம்மாள்.

சிறிது நேரம் கழித்து ரங்கம்மாளின் தோழி அந்தையம்மாள் அழைத்தாள் அலைபேசியில் அதில் ரங்கம்மாள், ரங்கம்மாள் பற்றி சொல்ல வேண்டும். அவள் அழுதுக்கொண்டிருக்கிறாள் என்று தயங்கி தயங்கி சொன்னாள்.

அந்தையம்மாளின் தயக்கம் எனக்கு தடுமாற்றமாக இருந்தது. சற்றும் யோசிக்காமல் என் ரங்கம்மாளுக்கு என்ன ஆச்சு ஏன் அழுகிறாள், நன்றாக தானே என்னிடம் பேசி சென்றாள் பிறகு என்னாச்சு ஏன் அழுகிறாள் புரியவில்லையே அந்தையம்மாள் உண்மையை சொல் என்னாச்சு என்றேன். அதற்கு அந்தையம்மாள் காலேஜ்ல பசங்க கேலி செய்யுறாங்க,தப்பா பேசுறாங்க நம்பர் போட்டோலாம் வைச்சுக்கிட்டு ரொம்ம பண்ணுறாங்க கூட இருந்த இளநாச்சி, அரண்யா அவங்களே ரங்கம்மாளை ஏமாத்திட்டாங்க மதி அதான் அவ அழுகிறாள் என்றாள்.

எனக்கு புரியவில்லை என் ஆசை ரங்கம்மாளுக்கு அலைபேசியில் அழைத்தேன். எடுத்தவுடனே அழ தொடங்கிவிட்டாள். என்ன ஏமாத்திட்டாங்க அசிங்கபடுத்திட்டாங்க மதி னு சொல்லி அவள் அழுதாள் கண்ணீர் மட்டும் எனக்கு வந்தது. பதற்றமாக, இதயத்தின் சத்தம் அதிகரித்துக்கொண்டே இருந்தது. "காதலிக்கு ஒன்றென்றால் காரணம் கேட்பேனா? கலங்காதே நான் இருக்கின்றேன் உடன் இருப்பேன் என்றேன். அவர்களை அடித்தால் கூட என் மனம் ஆறாது மதி என்றாய்..

(இப்போ உங்க எல்லாருக்குமே தெரியும் நான் என்ன பண்ணபோறேனு. ஆமாங்க நீங்க நினைச்சமாறி சண்டை தான் போட போறேன் ஆனால் அதை நான் பண்ணபோறது இல்ல)

சொல்ல மறந்துட்டேன். அவ என் வாழ்க்கைக்குள்ள வரதுக்கு முன்னாடி சேட்டைகளும்,வெறும் சண்டைகளாக போட்டு திரிந்தேன்,திரிந்தோம். எங்க கூட்டம் பெரிசு, நண்பர்களும் அதிகம் பயம் இல்லாமல் சுத்தி திரிஞ்ச காலம் அது. இவ என் வாழ்க்கையில வந்தா இனி காலேஜ்ல சண்டைபோடகூடாது, படிக்கிற பையனா இருக்க சொன்னதுல இருந்து எல்லாத்தையும் விட்டுட்டேன். யூ நோ கிளாஸ் விட்டுக்கூட வெளிய வரமாட்டேன் அவள பார்க்க போகும் நேரங்களை தவிர.

இப்போ அவளுக்காக சண்டை போட போறேன். அவளுக்காக இல்லைனா வேற யாருக்காக போட போறேன். கோபங்கள் ஒரு பகுதியாக, அவளின் அழுகை தாங்க முடியாத வலிகள் ஒரு பகுதியாக இரு மனிதனாக அமர்ந்திருந்தேன். அங்கிருந்து அலைப்பேசியில் இருந்து அழைப்பு வந்தது. என் நண்பன் தான். எடுத்தவுடனே எப்போ? எங்கே? என்று கேட்டான். எனக்கு ஒன்றும் புரியவில்லை. என்னடா எப்போ, எங்கனா என்னனு தெளிவா சொல்லுடானு சொன்னேன். எனக்கு தெரியும் மச்சான் சண்டைதானே நாங்க பார்த்துக்குறோம். இதை எங்கள்ட விடு என்றான்.

4G யே லேட்டா தான்டா போகுது அதைவிட இந்த நியூஸ் யாருடா உன்னிடம் சொன்னது என்று கேட்கும் போது தான் நினைவுக்கு வந்தது. அலைபேசியில் பேசும் போது அருகில் இருந்த பாவி பயலை மறந்துடோமே என்று. அவன் பற்ற வைத்த நெருப்பு தான் இப்போ என்னிடம் எரிஞ்சுக்கிட்டு இருக்கிறது. என்ன சொல்லி கேட்டு அடிக்க என்ன காரணம் மச்சான் என்று கேட்டான். இதுவரைக்கும் எனக்கும் தெரியல மச்சான் என்ன காரணமுனு. ஏதோ நடந்துருக்கு அது என்ன ஏதுனு கேட்டு திரும்பவும் கஷ்டப்படுத்த விருப்பல. ஆனால் அவ பெயருக்கு மட்டும் அசிங்கம் வந்துரக்கூடாது வேற எதாவது காரணம் சொல்லி அவங்களை தூக்கனும் மட்டும் தான் சொன்னேன். ஒட்டுமொத்த கூட்டமும் கிளம்பிருச்சு. நாளைக்கு சம்பவமுனு ஸ்டேடஸ் போட ஆரம்பிச்சுடாங்க. எல்லாரும் பரவலாய் பேசிக்கிட்டாங்க ரொம்ம நாளைக்கு

அப்புறம் இவனுங்க சண்டைபோட போறானுங்க என்ன என்ன நடக்கப்போதோனு.

என்னைக்குமே சண்டைனா முதல் ஆளாக நிற்பேன். ஆனால் இப்போ பயமா இருக்கு அவ பெயருக்கு கலங்கம் வந்துருமோனு பயமா இருக்கு. இதுக்கு ஒரே வழி. சண்டைக்கு காரணத்தை மாற்றி சொல்லிட வேண்டியது தான்.

என் மச்சான் ராஜாவை கூப்பிட்டு பசங்களுக்கு தெரிய வேண்டாம். நமக்குள்ள இருக்கட்டும் இப்போ சண்டை போட போறது என்ன காரணம்னா நம்ம Mechanical department ஆ தப்பா பேசிடானுங்கனு சொல்லி ஆரம்பிப்போம். நான் வந்தா அவனுங்க கண்டுப்பிடிச்சுருவாங்க நீங்க போங்க இடையில நான் வரேன் மச்சான் என்றேன். சரிடா இதையே பண்ணுறேனு கிளம்பிட்டானுங்க..

கல்லூரிக்குள்ள எல்லோருமே சென்றுவிட்டோம். நான் மட்டும் அவளை காண அவள் வகுப்பு வளாகத்திற்கு சென்றுவிட்டேன். சூரியனை காணாத மலர்கள் மலர்ந்துருமா? என்ன, அவளை காணாமல் அந்த நாள் நிகழ்ந்திடுமா?,என் நாட்களை நிகழச் செய்யவே அவளை காண சென்றிருந்தேன். அவளை பார்த்ததும் என் வகுப்பறைக்கு நண்பர்களுடன் திரும்பிவிட்டேன்.

அங்கு வாசலிலே நின்றுகொண்டிருந்தார் எனது வகுப்பு ஆசிரியர். எங்களை பார்த்தவுடனே அங்கே நில்லுங்கள் உள்ளே வந்தால் மவனே செத்துருவாய். ஏன் இவ்வளவு லேட்டு,அதுவும் மதி உன் பஸ் தான் கல்லூரி உள்ளே முதலாவதாக வருகிறது பிறகு ஏன் நீ தாமதமாக வருகிறாய். எல்லோரும் HOD யை பார்த்துட்டு உள்ள வாங்க என்றார்.

எனக்கு சிரிப்பு தாங்க முடியவில்லை எனதருகில் நண்பர்கள் அனைவரும் சாரை கிண்டல் பண்ணிட்டு இருந்தாங்க. எங்களுக்கு இது வழக்கமா நடக்குறது தானே கொஞ்ச நேரம் நின்னுட்டு அப்படியே வெளியே போயிறாலாம் மச்சானு சொல்லிட்டு அங்கே சிரிச்சு விளையாட்டு இருந்தோம். எதார்த்தமா திரும்பி பார்க்கும் போது ரங்கம்மாள் மாறி இருந்துச்சு உடனே மச்சான் இப்போலாம் யாரை பார்த்தாலும் ரங்கம்மாளை பார்க்குற மாறியே இருக்குடானு சொன்னேன். அதற்கு நல்லா பாருடா அது ரங்கம்மாள்

தான்டானு சொன்னான். அய்யய்யோ இவ ஏன்டா இங்க வந்தா, வெளிய நிக்குறத பார்த்தோ கொண்ணேப் போட்டுருவாடா மச்சான் எப்படியாவது உள்ளே போகனும்டா இவரு வேற விடமாட்டேங்குறாரேடா.

சார் சார் இனிமே லேட்டா வரமாட்டேன் சார். சாரி சார். மயக்கம் வரமாறி இருந்துச்சு சார் அதான் கேண்டின்ல சாப்பிட்டு வந்தேன் சார். உள்ள விடுங்க சார் ப்ளீஸ் சாருனு சொன்னேன்.

அதற்கு என்ன மதி மழை வரப்போது போல உங்க வாயில இருந்து சாரிலாம் வருது, என்ன புதுசா இருக்குனு கேட்டாரு இவனுக்க எல்லாரும் சிரிக்க ஆரம்பிச்சுட்டாங்க. எனக்கு மட்டும் தான் தெரியும் மாட்டுனா உண்மையாவே மயக்கம் வர வச்சுருவாணு. டேய் சிரிக்காம என்ன உள்ள எப்படியாவது போக விடுங்கடானு சொன்னேன். உடனே அனைவரும் ஆமாம் சார் மதிக்கு இன்னைக்கு முடியல அவனை மட்டும் உள்ள விடுங்க சார் சொன்னதும் எல்லாரையுமே உள்ளவிட்டாரு. தப்பிச்சோம் பொழச்சோமுனு உள்ளார போய்டோம்.அப்படியே நேரம் போச்சு. அங்கிருந்து ஒருத்தன் சத்தம் மட்டும் கேட்டுச்சு மச்சான் மதி இங்க இருக்கட்டும் வாங்க நம்ம எல்லாரும் போயி சண்டை போடாலாமுனு சொல்லி கிளம்பிட்டாங்க.

ஆனால் இதுவரைக்கும் நான் பயந்ததே இல்ல. மனசுல பதற்றமாவே இருந்துச்சு அவளுக்கு எந்த தப்பான பெயரும் வந்துரக்கூடாதுனு.அதுல மட்டும் தெளிவா இருந்தேன். இவனுங்க பத்து பேரு போயி அவனையும் அவன் நண்பர்களையும் கூப்பிட்டாங்க. அவனுங்களும் வந்தார்கள். ஏன் கூப்பிட்டிங்க என்ன விஷயம் என்று கேக்க. எதுக்கு நீ எங்க department staff ah தப்பா பேசுன கேக்க ,உங்க department staff யாருனே எனக்கு தெரியாது ஏன் தேவை இல்லாமல் எங்கள கூப்பிட்டு பிரச்சினை பண்ணுறீங்க. உங்க department மதியை எனக்கு நல்லா தெரியும், அடிக்கடி எங்க கிளாஸ்க்கு வருவான் நீங்க வேணும்னா அவர கூப்பிட்டு கேளுங்க நான் அப்படி பேசுவேனானு சொன்னான்.

இவனுங்க உன்ன அடிக்க சொன்னதே அவன் தான் இதுல எங்க அவன கூப்பிட்டு கேக்க இவனுங்ககுள்ளே பேசிட்டு இருந்தானுங்க. அப்போ நான் அங்க போனேன்.

மதி இவனுங்க தேவை இல்லாமல் வம்பு பண்ணுறாங்க பார்த்துக்கோனு சொல்லி அவனுங்க போய்டாங்க. நான் என் நண்பர்களிடம் ஏன்டா பேசுற உடனே அடிச்சுருக்க வேண்டியது தானே நான் அடிச்சா அவளுக்காக தான் அடிச்சேனு சொல்லுவானுங்கனு தான் உங்கள அடிக்க சொன்னேனு சொல்ல. அடிக்க போனா மதியை தெரியுமுனு உன்ன சொல்லுறான்டா நாங்க என்ன பண்ணமுடியும். ஏதாவது சண்டைபோடுற மாறி பேசுனா அடிக்கலாம் அவனே பயந்து பயந்து பேசுறான் அவன்டா என்னடா பண்ணமுடியுமுனு சொன்னானுங்க.

நேரம் ஆயிருச்சு அந்த பக்கத்தில் இருந்து ரங்கம்மாள் பஸ் ஏற வந்தால். டேய் மச்சான் அவ வருகிறாடா அவ பார்க்கும் போது அடிக்கனும் டா திரும்ப கூப்பிடுங்க, நீங்க அடிக்குறீங்களா இல்லை நான் அடிக்கவாடானு சொல்ல. திரும்பவும் அவர்களை கூப்பிட்டாங்க. அவனுங்க சில நபர்களை கூட்டிட்டு வந்தார்கள். நான் ரங்கம்மாளை ஒரு புறமும் அவர்களை மறுபுறமும் பார்த்துக்கொண்டே இருந்தேன்.

அவன் வந்ததுமே எனக்கு உங்க department க்கும் சமந்தம் இல்லைனு சொல்லிட்டேன். ஏன் தேவை இல்லாமல் பேசுறீங்க. இதுமாறியே பண்ண வேறமாறி ஆயிரும் டானு சொன்னான்.

அவன் டா சொன்னதுமே இதைவிட நல்ல சந்தர்ப்பம் கிடைக்காது இவனுங்களும் அடிக்க மாட்டானுங்க ரங்கம்மாளும் போயிருவா அடிச்சுருடா மதினு மனசுல நினைச்சுட்டு. என்னது என் மச்சானையே டா னு சொல்லுவியானு ஓங்கி ஒரு உதைவிட்டு கண்ணத்தில் பலார் என்று ஒரு அறை அறைந்தேன்.

அறைந்தவுடனே அவனோட நண்பன் வந்தான் அவனுக்கும் ஒரு பலாருனு அறைவிட்டேன். என் நண்பன் முகமதும் அடித்தான். பிறகு என்னை இழுத்துபிடித்து வைத்துக் கொண்டனர்.ரங்கம்மாள் என்னையே பார்த்துக்கொண்டே இருந்தாள். உடனே நண்பன் ராஜா நீ உன் ஆளுக்கூட பஸ்ல போ நான் பார்த்துக்கிறேன் மச்சானு சொன்னான். சரினு நான் பஸ்ல ஏறி நின்னுட்டு இருந்தேன். ரங்கம்மாள் ஒரு

பயத்தோடவே என்னை பார்த்தாள். நான் சிரித்தப்படியே அவளை பார்த்து கண் அடித்தேன். அடிவாங்கினவன் ஆள கூட்டிட்டு வந்தான். எங்கடா மதி எங்கடா மதினு.

உடனே ராஜா டேய் மதியை கீழே இறங்காமல் பார்த்துக்கோடானு மணி யிடம் சொல்ல நான் அப்துலுடன் கூட பஸ்ல நின்னுட்டு இருந்தேன். அங்க எங்கள அடிக்க கூட்டிட்டு வந்தது எங்க department senior ah. இவனுங்க எங்ககிட்ட பேசவே பயப்புடுவானுங்க இவனுங்க எப்படி என்னை அடிக்கவராணுங்கனு நினைச்சேன்.

வந்தவன் சும்மா இருக்காமல் உனக்கும் மதிக்கும் வேற வேலையே இல்லையா எப்போ பார்த்தாலும் யாரையாச்சும் வம்பு பண்ணீட்டு இருப்பீங்களா. எங்க மதி பயந்து பஸ்ல ஏறிட்டானா வர சொல்லுனு சொன்னவுடனே. அடிங் இந்தா வரேன். என்னபா புதுசா கூட்டத்தை கூட்டிட்டு வந்துருக்க என்ன எதாவது பிரச்சனையானு நான் கேக்க.

நீ அடிச்சது என் ஊருகாரன மன்னிப்பு கேளு மதி என்றான்.

மன்னிப்பு கேளு சொன்னவுடனே எங்க மதயானை கூட்டமே கொந்தளிக்க ஆரம்பிச்சுருச்சு. அதுல வேற மூனு பேரு கல்லு போதைல இருந்தானுங்க. அவனுங்க பயந்துட்டு அப்படியே போனானுங்க. என் ஆளு பஸ் உம் போச்சு.

என்ன பண்ணுறதுனு தெரியல. அங்க ஜூனியர் பையன் பைக் எடுத்தான். என் நண்பன் ராஜா அவனை கூப்பிட்டு காலேஜ் பஸ்ல ஏத்திவிட்டுவிடுனு சொன்னதும் சரி வாங்க அண்ணா ஏறுங்கனு சொன்னான்.

நான் உடனே ஏறி காலேஜ் பஸ்கிட்ட வந்துட்டேன். வண்டி ஓட்டுறது நம்ம ஐயா. என்ன பார்த்தும் பஸை நிப்பாட்டிட்டாரு. எல்லாரும் என்னாச்சுனு எட்டி பார்க்க நான் வந்து ஏறினேன். நான் வந்ததைக்கூட கவனிக்காமல் சோகத்தில் உங்காந்துட்டு இருந்தாய்.

நான் அவளை மட்டும் பார்த்தப்படியே நின்றுக்கொண்டிருந்தேன். திடிரென நான் நிற்பதை பார்த்துவிட்டு அதிர்ந்து போனாய். பிறகு உதட்டில் சிரிப்பு வர தொடங்கியது.

பிறகு பஸை விட்டு இறங்கி வீட்டுக்கு அவள் செல்ல வழி அனுப்பிவிட்டு நானும் எனதறைக்கு சென்றேன்.

நான் மதிய உணவை சாப்பிட்டு நண்பனின் காதலி பஸ் ஸ்டாண்ட்க்கு வருகிறாள் வா என்று ராஜா எனை அழைக்க நானும் சென்றுவிட்டேன்.

அங்கிருந்து ஒரு கால் வந்தது நான் யாருனு கேட்க. என்ன ஏன் அடிச்ச உன் ப்ரண்டு முகமது ஏன் அடிச்சானு கேட்டான். நான் என்னடா உன் பிரச்சினை கேட்டேன்.

உன்ன அடிக்காம விடமாட்டேன்டானு கத்துனான். உடனே ராஜா போனை வாங்கி டேய் இப்போ பஸ் ஸ்டாண்ட்ல சைட் அடிச்சுட்டு இருக்கோம். அப்புறம் மதி ரூம்க்கு போய்ருவோம். முடிஞ்சா இங்கவந்து அடிச்சுட்டு போடானு சொல்லிட்டு போனை கட் பண்ணிட்டான்.

நான் இதை பெருசா எடுத்துக்கல. என் ரூம்க்கு நண்பன் வந்தான். அம்மாக்கு முடியல ஸ்கேன் எடுக்கனும் காசு இல்லைனு சொன்னான். என்னிடம் இருந்த ரூ. 1000 கொடுத்து போடானு சொன்னேன்.

பிறகு ரங்கம்மாள் மொபைலில் அழைத்தாள். நான் பேசிக்கொண்டிருந்தேன். அவள் என்னால தானே சண்டை என்ன மன்னிச்சுக்கோனு சொன்னாய்.

அடியே நீயே நான் தானடி பிறகு ஏன் இந்த மாறிலாம் பேசுற. வாடி தங்கம்புள்ள சந்தோஷமா பேசுவோமுனு சொல்லுறதுக்குள்ள அரக்கப்பரக்க முகமது ஓடிவந்தான் ரூம்க்கு.

ஏன்டா என்னாச்சு இப்படி வந்து நிற்கிறனு கேட்டேன். அதுக்கு நம்மல அடிக்க இருபது பேரோட ஆளுங்க வந்துட்டு இருக்காங்கலாம். இப்போ நீயும் நானும் தான் இருக்கோம். வந்துட்டு இருங்காங்கலாம் மச்சான் மதி என்றான்.

வந்தா வரட்டும் டா பார்த்துக்கலாம் மாச்சானு சொல்லி நான் போன்ல ரங்கம்மாளிடம் பேச ஆரம்பித்தேன். ரங்கம்மாள்

பயந்தாள். என்னால தானே இவ்வளவு பிரச்சினை என்று புலம்பினாள். எனக்கு எதுவும் காதில் விழவில்லை

. முகமது வை பார்த்தேன் சற்று பயந்தப்படியே இருந்தான். எனக்கு சங்கட்டமாக இருந்தது உடனே போனை கட் பண்ணி விட்டு முகமதுக்கு தைரியம் சொன்னேன். நீ எனக்காக வந்துள்ளாய் உன்னை அவ்வளவு சீக்கிரம் விட்டுவிட மாட்டேன் நான் இருக்கின்றேன் உடன் என்றேன். அவன் பயத்தை மறைப்பதற்காக சிரித்து பேசினான் .

அங்கிருந்து ராஜா அழைத்தான் எவ்வளவு பேரு வந்தாலும் பரவாயில்லை பார்த்துக்கலாம் மச்சான் என்றான். நான் எனக்கு ஒன்றும் பயமில்லை முகமது தான் சற்று பயந்துள்ளான் என்றேன். ராஜா உடனே அந்த புள்ளபூச்சிலாம் எதுக்கு சண்டைக்கு வருதுனு கிண்டல் பண்ணான்.

நான் சரி வா பஸ் ஸ்டாண்ட் க்கு தானே வர சொன்னானுங்க வா போவோம் என்ன தான் நடக்குமுனு பார்ப்போம்னு சொல்லி கிளம்பியாச்சு.

கிளம்புற வழில நம்ம பாய் சூப்பு கடை சரி சூப்பு குடிச்சுட்டு போலாமுனு கடைல உட்காந்தேன். முகமது அங்க நமக்கு ஆப்பு வைக்க வந்துட்டு இருக்கானுங்க நீ இங்க சூப்பு குடிக்க உட்காந்துட்டு இருக்க உனக்கு பயமா இல்லையா மச்சானு கேட்டான்.

அதற்கு நான் மச்சான் அடுத்து என்ன நடக்கும் நம்மனால முடியுமா முடியாதானு யோசிக்குறவன் தான் டா பயப்படனும். எது நடந்தாலும் எமனே வந்தாலும் பார்த்துக்கலானு நினைக்கிறவன் எதுக்கு மச்சான் பயப்படனும் நீ பயப்படாமல் உட்காந்து சூப்ப தெம்பா குடிடானு தைரியம் சொல்லி, குடிச்சுட்டு கிளம்பிட்டோம்.

வீரவசனம் பேசிய ராஜா அப்பா கூப்பிட்டாங்கனு வீட்டுக்கு போயிட்டான். அந்த இடத்துல முகமதையும் என்னையும் தவர யாரும் இல்லை. என் மனசுல எனக்கு என்ன ஆனாலும் பரவாயில்லை முகமுதுக்கு எதுவும் ஆக விட்டுறக்கூடாதுனு ஓடிக்கிட்டே இருந்துச்சு.

வில்லா கால் பண்ணான். மச்சான் ஏதோ பிரச்சனையாம் நான் அம்மாவ hospital ah விட்டுட்டு நான் வரவா மச்சானு கேட்டான். நான் வேண்டாம் மச்சான் நான் பார்த்துக்குறேன் நீ அம்மாவை பார்த்துக்கோனு சொல்லி கட் பண்ணிட்டேன்.

முகமதுக்கு இன்னும் பயம் ஆயிருச்சு. நான் அப்பாக்கு போன் பண்ணி ஆளு வர சொன்னாலும் வரதுக்கு ஒருமணி நேரம் ஆகும். சரி எதுவா இருந்தாலும் பார்த்துக்கலாங்குற மனநிலை வந்துருச்சு.

அவர்களும் வந்துவிட்டனர் 20 நபர் ஆட்களை கொண்டு. நாங்கள் இருவர் மட்டுமே இருக்கின்றோம். இது என்ன சினிமாவா இருவர் இருபது நபரை அடிப்பதற்கு இருந்தும் மனதை திடப்படுத்தினேன்.

வந்த கூட்டத்தில் இருந்து ஒரு சத்தம் கேட்டது. தம்பி நீ என்னடா இங்க, பஞ்சாயத்துக்கு உன்னையும் கூப்பிட்டாங்களாடானு.

யாருனு பார்த்த ப்ரண்டு கடைல இருக்குற அண்ணே.எனக்கு இப்போ தான் முகத்தில் சிரிப்பு வந்துச்சு.

வந்தது எல்லாம் நம்ம ஆட்கள் தான் போல தான் நம்ம நக்கலா ஆரம்பிப்போமுனு நான் உடனே பஞ்சாயத்தே என்னால தானே அண்ணா னு சொன்னேன். என்ன அண்ணா நீங்க தான் என்ன அடிக்க வந்த ஆளானு கேட்க டேய் தம்பி யாரு என்னனு கேட்காம வந்துட்டேன்

. இரு !டேய் இவன் என் தம்பி அவங்க ஊருல இவங்க தான் ஆளு. நீங்க இவன அடிக்க என்ன கூப்பிட்டு இருங்கீங்களேடானு சொல்லி என் பின்னாடி நின்னுட்டாரு.

அங்க வந்த ஒரு பெரிய மனுசன் கட்சிக்காரர் போல அப்பாவ தெரியும்னு சொல்லி என்ன சமாதானம் பண்ணாரு. அங்கிருந்து வில்லா அம்மாவை மருத்துவமனையில் விட்டுட்டு சம்பவ இடத்திற்கு வந்துட்டான். வந்த பசங்க எல்லாரும் வில்லா சொந்த ஊருக்காரவங்க. எல்லாரும் ஒதுங்கிட்டானுங்க எனக்கு சிரிப்பு அடக்க முடியவில்லை. அப்படி இருந்தும் ஒருத்தன் மட்டும் மதி நீ ஒதிங்கிக்க முகமதை மட்டும் அடிச்சுட்டு போயிரோமுனு சொல்ல..

அவன அடிக்குறதா இருந்தா என்ன தாண்டி என்ன அடிச்சு முடிச்சுட்டு அவன தொடுங்க. அப்படி இல்லையா ஒத்தைக்கு ஒத்தையா நிக்குறேன் முடிஞ்சா அடிக்க சொல்லுங்கனு சொன்னேன். அதற்கு தம்பி உன்னை எப்படிபா அடிக்குறது?

அப்போ எங்களிடம் மன்னிப்பு கேட்டு என் பக்கமே வரக்கூடாதுனு சொல்லி கூட்டிட்டு போங்க அண்ணானு சொன்னேன். அதே மாறி அவனும் என்ன மன்னிச்சுக்கோ மதினு சொல்லிட்டு கஷ்டப்பட்டு கஷ்டத்தோடவே அவங்க பசங்களோட வீடு திரும்பினான்.
அவன் வீடு திரும்பிய நிலையில் முகமதுக்கு உயிர் திரும்பியது.

நியாபகம் உள்ளதா? அன்று நீ மிகுந்த பயந்துடன் இருந்தாய்.உன் சக தோழிகளுக்கு தெரியாது நான் உனக்காக தான் அடித்தேன் என்று. என்ன தான் இருந்தாலும் அவர்கள் நம் வகுப்பினர்கள் அவனை மதி அடித்திருக்க கூடாது அப்படி இப்படி என்று என்னை ஏசினார்கள் என் நண்பர்களையும் அசிங்கப்படுத்தினார்கள். நீ சொல்லிருக்கலாம் மதி எனக்காக தான் அடிச்சானு.இல்ல அவங்க கூட சண்டை போட்டுருக்கலாம், அவங்களிடம் பேசமா இருந்துருக்கலாம் ஆனால் நீ எதுவுமே அங்க பண்ணல. எனக்கு கஷ்டமா தான் இருந்துச்சு இருந்தாலும் என் ரங்கம்மாள் தானே நானே என் மேல கோபப்பட்டால் எப்படி? எல்லாத்தையும் மறந்துட்டு அடுத்த நாள் கல்லூரிக்கு சென்றேன் .

பசங்க எல்லாரும் ஜாலியா பேசிக்கிட்டு உள்ள போக போனோம். தம்பி மதி உங்க கேங் எல்லாம் அப்படியே HOD ah பார்த்துட்டு வாங்கனு சொல்ல. நான் எதுக்கு சார் நாங்க என்ன. பண்ணோம் அவர பார்க்கனு கேட்டேன்.

நேற்று நடந்த திருவிழாவுக்கு இன்னைக்கு கொண்டாட போறாராம் போயிட்டு வாங்கனு சொன்னாரு.

எனக்கு அப்போவே தெரிஞ்சு சண்டை போட்டது தெரிஞ்சுருச்சு போலனு. எங்களுக்கு இது புதுசு இல்ல.வாரம் வாரம் நடக்குறது தான். பசங்க எல்லாரும் எப்போதும் போல ஜாலியா இருந்தாங்க. எனக்கு மட்டும் கொஞ்சம் பதற்றமாக

இருந்துச்சு. எங்க இந்த பிரச்சனை தெரிஞ்சா என் ரங்கம்மாள் பெயருக்கு அசிங்கம் வந்துரக்கூடாதுனு யோசிட்டே இருந்தேன். பசங்க மச்சான் நாங்க இருக்கோம் பார்த்துக்குறோம்னு சொல்ல நானும் உள்ள போனேன்.

வரிசையா நின்னோம். அங்கிருந்து ரமேஷ் சார் வந்தாரு .அவரு தான் எங்களுக்கு எல்லாமே நான் இன்னும் இந்த காலேஜ்ல இருக்கேனா அதுக்கு அவரு தான் காரணம்." ஆசானே (கடவுளே) நண்பனாக கிடைக்குறது எல்லாம் ஒரு வரம்" அது எனக்கு கிடைச்சது.

ரமேஷ் சார் உள்ள வந்ததும் என்னடா மதி நீ இங்க நிக்குறனு கேட்டாங்க.

உடனே அங்கிருந்த சார் நேத்து கும்பலா சண்டை போட்டானுங்க அதான் hod கூப்பிட்டு விட்டாருனு சொன்னாரு.

உடனே ரமேஷ் சார் என்னடா மதி என்ன பிரச்சினைனு கேட்டாரு. எனக்கு பொய் சொல்ல மனசே வரல நான் அமைதியா இருந்தேன். உடனே ராஜா சார் உங்களையும் department யும் தப்பா பேசுனாங்க சார் அதான் அடிச்சோம்னு சொன்னானுங்க.

அதுக்கு ரமேஷ் சார் காலேஜ் னா அப்படி தான்டா இருக்கும். என்ன. பத்தி நிறைய பேரு பேசுவாங்க ஏன் நீங்களே பேசுவீங்க ,பேசுற எல்லாரையும் அடிக்க முடியுமா டா தம்பிங்களா. இனி எது நடந்தாலும் என்னிடம் சொல்லுங்க கைலாம் வைக்காதீங்க. நான் hod டை பேசிக்குறேன் நீங்க கிளாஸ்க்கு போங்க மதி நீ மட்டும் இரு இதோ வரேனு சொன்னாரு.

எல்லாரும் தப்பிச்சோம் பொழச்சோமுனு கிளாஸ்க்கு போய்டாங்க. எனக்கு கஷ்டமா இருந்துச்சு இதுவரைக்கும் நான் ரமேஷ் சார்ட பொய் சொன்னது இல்லை.முதல் தடவையா என் ரங்கம்மாளுக்காக அவருட்ட பொய் சொன்னேன். இதுவரைக்கும் அவருட்ட மன்னிப்பு கேட்கவே இல்லை. என்னை மன்னிச்சுருங்க சார். நான் தெரிஞ்சேதான் பொய் சொன்னேன். இப்ப வர உங்களுக்கு இந்த உண்மை

தெரியாது. எனக்கு இப்போ நினைச்சாலும் சங்கடமா இருக்கு சார்.

அப்புறம் ரமேஷ் சார் வந்து வா மதி கேண்டின்க்கு போவோமுனு சொல்லி கூட்டிட்டு போனாரு.

யாருக்கு கிடைக்கும் வாத்தியாரு கூட கேண்டின்ல டீ குடிக்குற பாக்கியமெல்லாம். எனக்கு அவரு மூலியமாக கிடைச்சது. நல்ல நண்பர்.

அங்க டீ வாங்கிட்டு இரண்டு பேருமே உட்காந்தோம். நிறையா பேசிட்டு இருந்தோம் சிரிச்சு.

அவரு கேட்டாரு உண்மையா எனக்காக தான் அடிச்சியானு. எனக்கு கொஞ்சம் கஷ்டமாக தான் இருந்துச்சு பொய் சொல்ல நான் ஆமானு சொன்னேன். அதுக்கு சரி விடுடா பார்த்துக்கலாமுனு சொன்னாரு.

திடிருனு மதி அங்க ஒரு பொண்ணு உன்னையே பார்த்துட்டு இருக்கா டானு சொல்ல. நான் சும்மா இருங்க சார் என்னை யாரு பார்க்க போறானு திரும்பி பாத்தா அங்க என் அழகு ரங்கம்மாள்.

எனக்கு தூக்கிவாரி போட்டுருச்சு என்னடா இவ இங்க இருக்கா. கிளாஸ்க்கு போலைனு தெரிஞ்சா கொண்ணுருவாளேனு.சரி சாரோட தானே இருக்கோம் சமாளிச்சுக்குவோம் நினைச்சுட்டு உட்காந்துட்டேன்.

ரமேஷ் சார் யாரா அந்த பொன்னு கேட்க எனக்கு தெரியாது சாருனு சொல்லிட்டேன். ரங்கம்மாளும் அந்தையம்மா அவர்களோட தோழி எல்லாரும் என்னடி மதி சார் கூடலாம் உட்காந்துருக்கான்.எதாவது பிரச்சினையா இருக்குமோ. இல்லைனா யாரையாச்சும் அடிச்சுருப்பான் இவனுக்கு இதான் வேலைனு பேசிக்கிட்டாங்க.

ரங்கம்மாள் என்னையே பார்த்துட்டு இருந்தால். சரி இன்னைக்கு ஏதோ நடக்க போகுதுனு நினைச்சிட்டு சார் வாங்க போலாம்னு சொல்லி கூட்டிட்டு போயிட்டேன். பேனா முனையில ஆயுத்தை கற்று கொடுத்த என் காவல் தெய்வம் தான் எங்க ரமேஷ் சார்.

கல்லூரி நேரம் முடிந்து விட்டது. அப்படியே படிப்படியாய் படிகளை கடந்து பேருந்து இருக்கும் இடத்திற்கு நண்பர்களோடு சென்று நின்று கொண்டிருந்தேன். ஜன்னல் ஓரத்தில் மேகங்கள் ஓரம் ஒளிந்து கொண்டிருக்கும் நிலவை போல என்னவள் பார்த்துக்கொண்டிருந்தாள். அவள் பார்வையே சரி இல்லை என்னிடம் ஏதோ கேட்பதை போலவே இருந்தது. நான் கண்டும் காணாததை போல நின்று நண்பர்களுடன் பேசிக்கொண்டிருந்தேன்.

கல்லூரி பேருந்து கிளம்ப ஆரம்பித்தது நாங்கள் ஏறி கொண்டோம் .வழக்கம் போல் மொபைலில் குருஞ்செய்திகளை பகிர்ந்து கொண்டோம். நியாபகம் உள்ளதா நமது கல்லூரி பேருந்து எத்தனை குருஞ்செய்திகளை தாங்கியுள்ளது. தெய்வ சிலைகளை கோவில்களில் தான் பார்க்க முடியும் என்பார்கள், பேருந்திலும் பார்க்க முடியும் என்று உன்னை எனக்கு அறிமுகம் செய்த இந்த கல்லூரி பேருந்தே சாட்சி.எத்தனை மகத்துவம் நிறைந்துள்ளது இந்த பேருந்தில்.

பேசிக்கொண்டே இறக்கும் இடத்திற்கு வந்துவிட்டோம். பேருந்தில் இருந்து இறங்கி இருவருமே வீடு திரும்பினோம். நான் கடைகளில் பால் குடித்துவிட்டு சற்று அமைதியாக ரூமில் உட்கார்ந்து இருந்தேன். எனக்கு தெரியும் இந்த நேரத்தில் உன்னிடத்தில் இருந்து அழைப்பு வரும் என்று. அதனால் தனியாக உட்கார்ந்து இருந்தேன். காற்று கூட நம்மை தொந்தரவு செய்ய கூடாது என்பதற்காக கதவை அடைத்து தாழ் போட்டு உனக்காக காத்திருந்தேன்.

என்னை காத்திருக்க விடமாட்டாள் ஆசை ரங்கம்மாள். தாமதிக்காமல் அலைபேசியில் அழைத்தாய்.

எத்தனை முறை அழைத்தாலும் முதல் முறையாக அழைப்பதை போலவே மனது கொண்டாடுகிறது. ஏன் என்றே தெரியவில்லை .

போனை எடுத்தவுடனே மதி மதி என்று தயங்கினாய்.

என்னவென்று சொல்லுவேன். யார் எனை மதி என்று அழைத்தாலும் அகம், புறம் அனைத்திலும் நிறைந்திருக்கும்

உனை மட்டும் நினைவு கொள்கிறது மனம். எனை பெயர் சொல்லி அழைக்க மாட்டாயா என் பெயருக்கு அழகு சேர்க்க மாட்டாயா என்று ஏங்க செய்கிறது.

நான் சொல் ரங்கம்மாள் என்றேன். அதற்கு மதி நான் கெட்டப் பொண்ணா இருந்தா என்ன பண்ணுவ என்று கேட்டாய்.

எனக்கு புரியவில்லை, என்ன ரங்கம்மாள் என்று கேட்டேன்.

இல்லை எனை நீ காதல் செய்து விட்டாய். நானும் உன்னை காதல் செய்து விட்டேன். இப்போ நான் கெட்ட பொண்ணு என்று தெரிய வருகிறது நீ என்ன செய்வாய் மதி என்று கேட்டாய்.

உண்மையாகவே எனக்கு புரியவில்லை ஏன் இப்போது இதை கேட்கிறாய் என்று. நீ கெட்ட பொண்ணுலாம் இல்லைனு நான் சொல்ல. மதி நான் நிஜமாக தான் கேட்கிறேன் சொல் என்றாய்.

எதை சொல்ல பெற்ற தாய் தன் பிள்ளை நல்லவரா கெட்டவரா என்று அறிந்தா அன்பு செய்கிறார். இல்லை தவறு செய்துவிட்டால் புறக்கணித்து ஒதுக்கி வைப்பாரா இல்லை தானே.

நீ கெட்டவள் இல்லை என்று எனக்கு தெரியும். அப்படி நீ கெட்டவள் தான் என்றால் இந்த கெட்டவளை தானே எனக்கு பிடித்தது. இந்த கெட்டவளை தானே இதயத்தில் நிறுத்தி கொண்டு இடைவிடாமல் ஓடினேன் காதல் பயணத்தில். இந்த கெட்டவளை தானே மனம் தேடியது." நீ கெட்டவளாக இருந்தாலும் நீ என் கெட்டவள் என்னவள்".

நீ எதுவாயினும் நான் அதுவாகி உனை காதலிப்பேன். என்ன தவறு செய்திருக்க போகிறாய். எது செய்தாலும் என்ன என்னுடன் பேசிய அனைத்தும் நிஜம் தானே நிழல் அல்லவே பிறகு நான் ஏன் கவலை பட..

ரங்கம்மாள் நீ குழப்பத்தில் உள்ளாய். நீ தெளிவாய் தெரிந்துக்கொள். நீ எப்படி இருந்தாலும் எனக்கு உன்னை ரொம்ப பிடிக்கும். நீ செய்தது தவறு என்றாலும் அதை திருத்தும் கருவியாக இருப்பேனே தவிர அனைத்தையும்

ஒன்று சேர்த்து எரித்து கொள்ளும் கருவியாக மாட்டேன் கண்மனியே என்றேன்.

என்ன ஏதுனு சொல்லாமலே போனை கட் பண்ணிவிட்டாய். . நீங்களே சொல்லுங்கள் எப்படி இருக்கும் இப்படிலாம் உங்களுக்கு நடந்தால். குழப்பங்கள் அனைத்தும் கும்மாலங்கள் அடிக்கின்றன என்முன்னே.

பிறகு குறுஞ்செய்தி அனுப்பினாய் ஏடா என்னை இந்த அளவிற்கு காதல் செய்கிறாய்.நான் உனக்கு இதுவரை ஏதும் செய்தது இல்லையே பிறகு ஏன் என்மீது தீராத காதல் கொண்டாய் என்று கேட்டாய்.

சிலர் மேல் உள்ள அன்பிற்கு எடுத்துக்காட்டாக எதையும் எடுத்துக்காட்டி எடுத்துரைக்க முடியாது, விளக்கிட முடியாது ரங்கம்மாள்.
உன்னை பிடிக்கும் அவ்வளவு தான். இதற்கு பதில் வேண்டும் என்றால் வா! ரங்கம்மாள் இருவருமே சேர்ந்து தேடி அலைந்து கண்டுப்பிடிப்போம். எனக்கு ஏன் உன்மீது தீரா காதல் என்று நானும் பலநூறு தடவை என் கேள்விக்கு என்னிடமே பதிலை கேட்டுக்கொண்டிருக்கிறேன்.
இன்னும் கிடைக்கவில்லை எனக்கான பதில். உனக்கும் வேண்டும் என்றால் வா இருவருமே கேள்விக்கான பதிலை கண்டறிவோம். இல்லையா, வா இந்த தருணத்தில் கொஞ்சி விளையாடுவோம் என்று அழகு ரங்கம்மாளை திசை திருப்பினேன்.

சிறந்த மாலுமி தான் கப்பலை சரியான திருப்பங்களுக்கேற்ப திசை திருப்புவார். நானும் சிறந்த மாலுமியே! கப்பலுக்கு இல்லை உன் காதலுக்கு.

ஆனால் எனக்கு தெரியும் ரங்கம்மாள் உன் மனசுல ஏதோ வச்சுதான் என்னிடம் இந்த கேள்வி கேட்டாய் என்று. ஏன் கேட்டாய், எதற்கு கேட்டாய் என்று கேட்டு உன்னை சங்கடப்படுத்த விரும்பவில்லை. எதுவாயினும் நன்மைக்கே என்று உன்னருக்கே காதலோடு நான் இருப்பேன்.

பிறகு வாட்ஸ்அப்பில் இருந்து குறுஞ்செய்தி வந்தது அதில் பச்சை மற்றும் மஞ்சள் நிற கோழி குஞ்சுகள் இருக்கின்ற புகைப்படத்தை அனுப்பி வைத்தாய்.

நான் எதற்கு இதை அனுப்பி வைத்திருக்கிறாய் என்று தெரியாமல் நல்லா இருக்கிறது என்று பதில் அளித்து விட்டு சாப்பிடுவதற்கு சென்றுவிட்டேன்.

சாப்பிட்டு விட்டு நீ சாப்பிட்டு விட்டியா? என்று கேட்டேன்.

இல்லை நான் விளையாடிக்கொண்டு இருக்கிறேன். இனிமேல் தான் சாப்பிடனும் என்றாய்.

விளையாடுறீயா? இந்த நேரத்தில் யாருடன் விளையாடுகிறாய். முதலில் சாப்பிட்டுவிட்டு விளையாடு என்றேன்.

அவளும் சரி என்று சாப்பிட்டுவிட்டு எனக்கு போன் செய்தாள்.நானும் சொல் ரங்கம்மாள் என்றேன். அவள் சிரித்தப்படியே இரண்டு அழகான பெயர் சொல் என்றாள்.

நானும் நம்ம குழந்தைக்களுக்கா? அதுக்குள்ளையும் அவசரமா? சரி இரு சொல்கிறேன் என்றேன்.

உன் மூஞ்சி, நான் கலர் கோழிக்குஞ்சுக்கு பெயர் கேட்டேன். எங்க அப்பா நான் விளையாடுறதுக்கு இரண்டு கலர் கோழிக்குஞ்சு வாங்கிவந்தாங்க. அதுக்குள்ளையும் ஆசைய பாருனு சொல்லி சிரிக்க ஆரம்பித்தாய்.

சரி சரி சிரிக்காத, ஒரு மஞ்சள் கலர் கோழிக்குஞ்சுக்கு மதினு வை பச்சை கலர் கோழிக்குஞ்சுக்கு ரங்கம்மாளுனு வைனு சொன்னேன்.

ஓகே சூப்பர் இனி நான் அப்படியே கூப்பிடுகிறேன் மதினு சொல்லி அந்த கோழிக்குஞ்சுகளுடன் விளையாட ஆரம்பித்தாய்.

நானும் சரி யாருக்கூட விளையாடினால் என்ன அவ சந்தோஷமாக இருந்தால் சந்தோஷமே என்று என் வேலைகளை பார்க்க தொடங்கினேன்.

இரண்டு நாட்கள் ஆனது ரங்கம்மாள் மதி நீ சந்தோஷமாக இருக்கிறாயா? சாப்பிட்டியா என்று கேட்டாய்.

ஏன் இவள் சம்பந்தமே இல்லாமல் பேசிகிறாள். நான் சாப்பிட்டேன் சந்தோஷமாக தான் இருக்கிறேன். ஏன் திடீரென்று இப்படி ஒரு கேள்வி என்று கேட்டேன்.

இல்லை மதி இரண்டு நாளாய் மதிக்கு முடியலை அதான் கேட்டேன் நீ நல்லா இருக்கிறாயா என்று.

நான் நல்லா தானே இருக்கேன் ரங்கம்மாள் எனக்கு இரண்டு நாளாய் உடம்புக்கு சரி இல்லைனு யாரு சொன்னானு கேட்டேன்.

அய்யோ மதி நான் உன்னை சொல்லவில்லை. மஞ்சள் கலர் கோழிக்குஞ்சு இரண்டு நாளாய் சாப்பிடவில்லை உடம்பு சரியில்லாத மாறி இருக்கு மதி எனக்கு மனசே சரியில்லை அதான் உனக்கு எஸ்எம்எஸ் செய்தேன் என்றாய்.

நான் சிரிப்பதா, அழுவதா, என்று தெரியவில்லை. சரி ரங்கம்மாள் கவலைப்படாதே சீக்கிரம் சரியாகிவிடும் என்றேன். சரினு சொல்லி தூங்க ஆரம்பித்தியாய்.

உனக்கு தெரியாது ரங்கம்மாள் நீ ஒரு குழந்தை மனசுக்காரி. அதான் சின்ன விஷயத்திற்கூட நீ ரொம்ம வருத்தப்படுகிறாய். நீ எதற்கும் வருந்தாதே. எதுவாக இருந்தாலும் நான் இருப்பேன் ரங்கம்மாள்.

அதிசயமாக தான் இருக்கிறது ரங்கம்மாள்.

விடுமுறையில்,
வந்த நிலவு என்னிடம்,
உரையாடிவிட்டு உறங்கி,
கொண்டிருக்கிறது!
இதை வெளியில் சொன்னால் என்னை பைத்தியம் என்பார்கள் பைத்தியக்காரர்கள்.

சரி நானும் உறங்கி கொள்கிறேன் என்று ரங்கம்மாளுக்கு இரவு வணக்கம் சொல்லி உறங்க தொடங்கினேன்.

எப்போதும் போலவே என்னவளிடமிருந்து Good morning என்ற குறுஞ்செய்தியுடன் என் விடியல் காலை நிகழ ஆரம்பித்தது. வழக்கம் போல குளித்து விட்டு என் பைக்கை எடுத்து பஸ்

ஸ்டாண்டிக்கு சென்றேன். அங்கு அவளுக்காகவே காத்திருந்தேன். சொல்லப்போனால் நான் அவளுக்காக தான் இவ்வளவு தூரம் பஸ் ஸ்டாண்ட் தாண்டி அங்கு வந்திருக்கிறேன்.

அவளும் அவள் அப்பாவுடன் பைக்கில் வந்து இறங்கினாள்.இருவருமே கல்லூரி பேருந்திற்காக காத்திருந்தோம்.

நாங்கள் இருவரும் மட்டும் அங்கில்லை! எங்களோடு சேர்த்து 10க்கும் மேற்பட்ட நபர்கள் இருந்தார்கள்.ஆனால் எங்கள் கண்களுக்கு அங்கு அவளையும், என்னையும் தவிர வேறு யாரும் அங்கில்லை. கண்களாலே காதல் மொழிக்கொண்டு பேசி மகிழ்வோம்.

ஆயிரம்,
உறவுகள் இருந்தாலும்,
ஆருயிரே,
நீ ஒன்றே போதும்,
அத்துனை உறவுகளும்,
உன் ஒன்றிலே சேரும்!!

கல்லூரி கேண்டினுக்கு போயி சாப்பிட்டு ரங்கம்மாளை வழி அனுப்பி விட்டு வகுப்பிற்கு சென்றேன்.

கல்லூரில எப்போதுமே நாங்க சந்தோஷமாக தான் இருப்போம். பசங்க எல்லாரும் ஜாலியா பேசிக்கிட்டு இருப்போம். எங்க வாழ்க்கை ரொம்ம அழகா இருந்துச்சு. சின்ன சின்ன சண்டைகள், வகுப்பிற்குள் வர விடாமல் வெளியே விரட்டி விடும் வாத்தியார். கேண்டின், பஸ், பக்கத்து department, கல்லூரிக்கு வராமல் தியேட்டர்க்கு செல்வது அப்படி இப்படினு வாழ்க்கை சந்தோஷமாக போய்யிட்டு இருந்துச்சு.

கொஞ்ச நாள் கல்லூரிக்கு வரதில்லை நாங்கள். அப்படியே சுத்திட்டு இருந்தோம். அதுனாலையே எல்லோருக்கும் கல்லூரி நல்லா போச்சு, வாத்தியார் எல்லாம் சந்தோஷமாக இருந்தார்கள். அப்ப தான் ரங்கம்மாள் நீ வந்த, நீ வந்ததும்

உன்னை பார்த்ததும் அன்றில் இருந்து நான் கல்லூரிக்கு விடுமுறை எடுப்பதே இல்லை. அதனால் தான் தினதோறும் புது புது பிரச்சினைகள் வந்துக்கொண்டே இருந்தது. அதில் எதிலும் நான் மாட்டிக்கொள்ளாமல் நழுவிக்கொண்டே இருந்தேன்.

கல்லூரி இடைவேளை நேரங்களில் மட்டுமே ரங்கம்மாளை பார்த்து ரசிப்பேன். மாலையில் பேருந்தில் இப்படியே தான் வாழ்க்கை போய்க்கொண்டு இருந்தது .

மாலை வந்துவிட்டது. ரங்கம்மாளும் பேருந்தில் ஏறிவிட்டாள். ஆனால் அவள் முகம் சற்று வாடியே இருந்தது. ஏன் என்றே தெரியவில்லை.

என்னாச்சு ரங்கம்மாள் என்று எஸ்எம்எஸ் செய்தேன் .ஆனால் எந்த ஒரு பதிலும் வரவில்லை. அன்று பேருந்தில் இருவருமே பேசிக்கொள்ளவில்லை. எனக்கு ஏதோ மாறியாகவே இருந்தது.

மணிநேரம் கடந்தும் அவளிடம் இருந்து எந்த தகவலும் வரவில்லை. குழப்பத்தில் நடந்தே சென்று பேக்கரியில் பால் குடித்துவிட்டு அறைக்கு வந்தேன்.

சிறிது நேரம் கழித்து அவளிடம் இருந்து அழைப்பு வந்தது. உடனே எடுத்தேன். அவள் குரலில் ஆரோக்கியம் இல்லை. மதி நீ நல்லா இருக்கியா, உனக்கு ஒரு பிரச்சினையும் இல்லை தானே என்று கேட்டாய்.

அடியே அதெல்லாம் ஒன்னுமில்லை.இப்போ ஏன் இப்படியெல்லாம் நடந்துக்கொள்கிறாய் என்னதான் ஆச்சு என்று கேட்டேன்.

அதற்கு உன் பேரு வச்ச கலர் கோழிக்குஞ்சு செத்துப் போச்சு மதி. அம்மா மதியமே எனக்கு போன் பண்ணி சொன்னாங்க. அப்போல இருந்து மனசே சரியில்லை உனக்கு எதாவது ஆயிருமோனு என்று சொல்லி அழ ஆரம்பித்தாய்.

அடியே தங்கபுள்ள இதற்கெல்லாம் அழுகலாமா. வேற வாங்கிக்கொள்ளலாமுனு அழுகாத விடுனு சொன்னேன்.

ஆனால் நீ அழுகிறதை விடவில்லை. சின்ன புள்ள மாறி பண்ணிட்டு இருந்தாய், எனக்கு இன்னும் அப்படியே நியாபகமா இருக்கு, அந்த பச்சைக்குழந்தை என் ரங்கம்மாள் அழுகுற சத்தம் என் காதுல கேட்டுக்கிட்டே இருக்கு. எப்படி மறக்கும். அன்று உன்ன சமாளிக்க நான் பட்ட பாடு இருக்கே, அதலாம் எப்படி மறப்பேன்.

நான் வாய் வச்சுக்கிட்டு சும்மா இல்லாமல் பாத்தியா ரங்கம்மாள், உன் பெயர் வச்ச கோழிக்குஞ்சு மட்டும் தப்பிச்சுருச்சு, என் பெயர் வச்சது செத்துப்போச்சு இதான் ரங்கம்மாள் வாழ்க்கைனு சொன்னேன்.

உடனே அழுக ஆரம்பிச்சுட்டாய், எனக்கு எப்படி சமாளிக்குறதுனு தெரியல, எனக்கு இதுவும் வேணும் இன்னமும் வேணும், அவப்பாட்டுக்கு அழுதுட்டு போய்யிருப்பா, சும்மா இருக்க முடியாம கிளப்பி விட்டா இப்படி தான். அவள் அழுதுட்டு போனை கட் பண்ணிட்டு போயிட்டாள்.

சரி தப்பு நம்ம மேல தானு சாரி னு எஸ்எம்எஸ் பண்ணேன். அங்கிருந்து போன் வந்தது. நான் எடுத்து ஹலோ என்றேன்.

அதற்கு ரங்கம்மாள் நான் தான் சொன்னேன்ல மதி, மதி இல்லைனா நானும் இல்லைனு, பாத்தியா மதி செத்ததும் சோகத்துல ரங்கம்மாளும் செத்துருச்சு. இப்ப என்ன சொல்ல போற மதினு கேட்டாய்.

எனக்கு புரியல நீ என்ன சொல்லுறேனு,

அதற்கு அவள் அய்யோ மதி இன்னொரு கோழிக்குஞ்சும் செத்துப்போச்சுனு சொன்னாய்

ஆனால் இந்த தடவ அவ அழுகவே இல்ல. எனக்கு ஆச்சரியமாக இருந்துச்சு ஏன் அவ அழுகவில்லை என்று. சரி அழுகாத வரை நல்லதுனு எப்படி செத்துப்போச்சுனு கேட்டேன்.

அதற்கு அவள் எங்க அப்பா வெயில மூடி வச்சுருந்தாரு சூடு தாங்க முடியாம செத்துப்போச்சு மதினு சொன்னாய் . இனி எதுவும் வளர்க்க கூடாதுனு முடிவு பண்ணிட்டேன் மதி. இனி

எனக்கு நீ உனக்கு நான் அவ்வளவு தானு சொல்லி எப்போதும் போல பேச ஆரம்பித்தோம்.

திடீரென மதி உன்னிடம் ஒரு விஷயத்தை சொல்ல மறந்துட்டேன்.அரண்யா வின் ஆளு எனக்கு எஸ்எம்எஸ் பண்ணிருங்காங்க மதி. ஏதோ அரண்யா பற்றி கேக்குறாங்க அவங்களுக்குள்ள சண்டை போலனு சொன்னாய். நான் என்ன பண்ண மதினு கேட்டாய்.

சொல்ல மறந்துட்டேன் அந்தையம்மாள், இளநாச்சி, அரண்யா இவங்கெல்லாம் ரங்கம்மாளோட தோழிகள். ஒருத்தி சாப்பிடுறதுக்காக அவங்க Class பொண்ணுங்க எல்லாருக்கும் வாங்கி கொடுப்பேன். இதெல்லாம் ரங்கம்மாள் என்னை பிடிக்காது, லவ் இல்லைனு பொய் சொல்லிட்டு திரிஞ்ச காலம் அது. இவ ஒருத்திக்காக எல்லாரையும் அனுசரிச்சு போனேன். எல்லாரையும் நல்லா பாத்துக்கிட்டேன். எல்லாரும் நல்லா என்ன பயன்படுத்திக்கிட்டாங்க.

ஆனால் எல்லாரும் மேலேயும் நான் அன்பாக தான் இருந்தேன். அவங்களும் அப்படி தான் இருந்தாங்க. அரண்யா, இளநாச்சி இவங்க இரண்டு பேருக்கும் எனக்கு இதுவரை எந்த பிரச்சினையும் இல்ல..ஆனால் பிரச்சினைகள் வர ஆரம்பிச்சது.

சரி வாங்க, ரங்கம்மாள் சொல்ல வந்ததை கேட்போம்.

**எங்கு ,
நம்பிக்கை ,
தகர்க்கப்படுகிறதோ,
அங்கு,
உறவுகள்,
உடைக்கப்படுகிறது.**

ரங்கம்மாள் சொன்னால் ,அரண்யா வோட காதலன் அரும்நம்பி என்னிடம் அரண்யா பற்றி கேட்கின்றான். அரண்யாவை அருள்நம்பி சந்தேகப்படுகிறான். அரண்யாவோ அருள்நம்பியை எப்படியாவது விட்டு

போகவேண்டும் ஒரு வழி சொல்லுங்கள் என்கிறாள். எனக்கு ஒன்னுமே புரியல மதி.

அரண்யா நல்லவளாய் இருந்தால் நானே அருள்நம்பியை சேர்த்து வைப்பேன். அரண்யாவோ நல்லவள் அல்ல. அவள் காதலிக்கும் போதே எல்லோரிடமும் பேசிகிறாள். காதலை விட்டு போக வழிக்கேட்கிறாள். இளநாச்சியிடம் கேட்கலாம் என்று பார்த்தால் அவளும் அதே குணாதிசயம் கொண்டவள். அவளும் காதலை ஏமாற்றி பேசும் ஆண்களையும் ஏமாற்றுக்கிறாள். இவளிடம் சென்று நான் எதைக்கேட்பேன் மதி. அந்தையம்மாளுக்கு ஒன்னும் தெரியாது என்று சொன்னால்.அதனால் நானே அருள்நம்பியிடம் சொல்லிவிட்டேன் நீங்க நினைக்கிற மாதிரி இல்ல அரண்யா, இதுக்கு மேல எப்படி சொல்லுறதுனு தெரியலை, நீங்க இதோட அவளை மறந்து விடுறது தான் நல்லதுனு சொல்லிட்டு வந்துட்டேன் மதி.நீ சொல்லு நான் பண்ணது சரியா? தப்பானு? கேட்டாய்.

அதற்கு நான் சொன்னேன் இது உனக்கு தேவை இல்லாத வேலை ரங்கம்மாள். அது அவங்க லவ் அவங்க பார்த்துப்பாங்க நீ தேவை இல்லாமல் தலையிடாதனு சொன்னேன்.

அதற்கு ரங்கம்மாள், மதி உனக்கு தெரியாது அரண்யா பற்றி பாவம் அருள்நம்பினு சொன்னாய்.

எனக்கு தெரியும் ரங்கம்மாள் நீ சொல்லுறதுக்கு முன்னாடி அரண்யா எப்படிப்பட்டவனு.அது அவங்களோட குணாதிசயம், ஐந்து விரலும் ஒரு மாறி இருக்குறது இல்லையே. அது மாறி தான் அவங்களும் அவங்க குறை சொல்லி ஒரு புரோஜனம் இல்லை. நீ நான் நம்ம சரியா இருந்தால் போதும் ரங்கம்மாள்.இனி இதைப்பற்றி பேச வேண்டாம் .அருள்நம்பி பேசுனாலும் இதைப்பற்றி பேசாதேனு சொல்லி நான் மித்ரனோடு கடைக்கு கிளம்பி சென்று விட்டேன்.

நல்லா சுத்தினோம். அவனுக்கு என் கூட இருக்குறது தான் ரொம்ப பிடிக்கும்.மித்ரன் தான் நானும் ரங்கம்மாளும் சேருறதுக்கு கால்வாசி காரணம். நல்ல நண்பன். நாங்க ஹோட்டலுக்கு போயி சாப்பிட்டு வந்துட்டோம்.

ரங்கம்மாளிடம் இருந்து வாய்ஸ் நோட் வாட்ஸ் அப்பில் இருந்து வந்தது. மதி கிளி எப்படி டா நல்லா இருக்குமா?. அது பேசுமாமே, நான் இதுவரைக்கும் நான் பார்த்ததே இல்லை .நீ பார்த்துருக்கியோடா மதினு கேட்டாய்.

நான் சும்மா இருக்காமல் நான் கிளி லாம் வளர்த்துருக்கேனு சொல்ல.

மதி எனக்கு கிளி புடிச்சு தரியா? எனக்கு கிளி வளர்க்கனும் ஆசையா இருக்கு மதி என்று சொன்னாய்.

கிளி,
வளர்க்க,
வேண்டும்,
என்று ஆசை,
பட்டதாம் இன்னொரு,
"பைங்கிளி"

என் ஆசை ரங்கம்மாள் என்னிடம் வாய்விட்டு கேட்டா வாங்கி கொடுக்க முடியாம இருக்க முடியுமா? நானும் புடிச்சு கொடுக்கலாமுனு அவகிட்ட கூட சொல்லாமல் பனை மரத்துல ஏறினேன். ஏறும் போது தான் தெரியுது. முன்பின்ன மரம் ஏறி பழக்கமில்லைனு. தொடையில பட்டை கிளிச்சு இரத்தம் வடிய ஆரம்பிருச்சு, ஆனாலும் நானும் விடவில்லையே. என் அழகு ரங்கம்மாளுக்காக ஏறினேன். பனைமரம் உச்சில அழகான இறக்கயே முளைக்காத சின்ன கிளி இருந்தது அதை அப்படியே எடுத்து பைல போட்டு பனைமரத்துல இருந்து இறங்கிட்டேன்.

கொஞ்ச நேரம் கழித்து ரங்கம்மாளுக்கு போன் பண்ணி நீ கேட்டது புடிச்சுட்டேன் தங்கபுள்ள எப்ப வேணுமுனு கேட்டேன். அவளுக்கு சந்தோஷம் தாங்க முடியல.. நான் இரவு வாங்கிக்குறேன் நீ பத்திரமாக வச்சுக்கோ மதினு சொன்னாய்.

சரினு இரவு கூண்டு வாங்கி அதுல வச்சே கொடுத்து விட்டேன். உனக்கு அந்த கிளியை ரொம்மா புடிச்சுருந்துச்சு. நீ

ஒரு புதுவிதமா சந்தோஷமா இருந்தாய், அதுக்கு உணவு ஊட்டி ஜாலியா விளையாடினாய். ஆனால் அந்த சந்தோஷத்திற்காக கஷ்டம் எனக்கு மட்டும் தான் தெரியும். உனக்கு நீ நினைச்சவுடனே கிடைக்கிறனால அதோட மதிப்பும் தெரியல என்னோட அருமையும் புரியல ரங்கம்மாள்.

ஒரு கிளி இல்ல. இதோட மூனு கிளியாச்சு, இந்த கிளி விஷயத்தை அப்புறம் சொல்லுகிறேன். இப்போ அதைவிட பெரிய பிரச்சினை ஒன்னு இருக்கு இப்போ அதை சொல்லுறேன் நீங்க கேளுங்க.

கல்லூரி முடிஞ்சு எனக்கு அந்தையம்மாள் போன் பண்ணி இன்னைக்கு என்ன நடந்ததுனு தெரியுமா மதி னு கேட்டாள்.

எனக்கு என்ன தெரியும் அங்க நடந்தது, சொன்னா தானே தெரியும். சரி என்ன நடந்துச்சு அதை சொல்லுனு சொன்னேன்.

அரண்யா ரங்கம்மாளிடம் சண்டை போட்டா, நீ எப்படி அருள்நம்பிட என்ன பத்தி தப்பா சொல்லலாம். ஏன் இப்படி பண்ண இதுனால இவ்வளவு சண்டை தெரியுமானு கேட்டு சண்டைப் போட்டா,அதற்கு ரங்கம்மா நீ தானே என் ஆளை கலட்டிவிடனும் ஐடியா கேட்ட அதான் நான் பண்ணேனு சொன்னா, அவங்க இரண்டு பேருக்கும் சண்டை. ரங்கம்மாள் அருள்நம்பிக்கு சப்போர்ட் பண்ண போயி இவள் இந்த நிலையில நிக்குறா மதினு அந்தையம்மாள் என்னிடம் சொன்னாள்.

"உன்,
வருத்தங்களுக்கு,
உன்,
செயல்கள்,
மட்டுமே காரணம்".

எனக்கு தெரியும் இது ரங்கம்மாள் மேல தான் தவறுனு. அவங்க உண்மையாவோ, பொய்யாகவோ இருக்கிறார் என்பது அவர்கள் இருவரின் தனிப்பட்ட பிரச்சினை அதில்

மூன்றாம் நபர் தலையிடுவது தவறு தானே. அதுவும் தன் காதலியை தவறாக சொல்லிவிட்டார்கள் என்று அவளை விட்டுக்கொடுக்காமல் அவளிடம் போயி சொல்லி இருக்கான் பாரு. சரி இனிமே என்ன பண்ண முடியும்.

நான் ரங்கம்மாளிடம் சரி விடு இனி இந்த தவறுசெய்யாதே உனக்கு உன்கூட நான் இருக்கிக்றேன் என்றேன்.

அதற்கு ஆமாம் மதி இனி எனக்கு யாரும் வேண்டாம் நீ மட்டும் போது இனி இவர்கள் யாரிடமும் பேச போவதில்லை என்று சத்தியம் செய்தால். இந்த முடிவுக்கூட நீயாகவே தான் எடுத்தாய்

கொஞ்ச நேரம் கழித்து ரங்கம்மாளிடம் குருஞ்செய்தி வந்தது. மதி அருள்நம்பி எனக்கு எஸ்எம்எஸ் பண்ணிருக்கான். திரும்பவும் அரண்யா பற்றி பேசுறான் நான் என்ன மதி பண்ணணு கேட்டாய்.

அதற்கு நீ ஒன்னும் பண்ணாதே ரங்கம்மாள். நீ அவனிடம் இனிமே என்ன தொந்தரவு செய்யாதே. உங்களுக்கு உதவி செய்ததிற்கு நல்ல பரிசு கொடுத்துடிங்க. இனி என்னையும் மதியையும் தொந்தரவு செய்யாதீங்க. அப்படி பேச வேண்டும் என்றால் மதியிடம் பேசிக்கோங்கணு சொல்லிருனு சொல்ல சொன்னேன். நீயும் சொல்லிட்டாய்.

அருள்நம்பி ஏன் அரண்யா உன்னை எதாவது திட்டினால என்று கேட்க, அய்யோ அதெல்லாம் ஒன்றும் இல்லை நீங்க மதியிடம் பேசிக்கோங்கணு நேக்கா என்னை மாட்டிவிட்டு அவ நிம்மதியா விலகிட்டா என் ஆசை பாதகத்தி ரங்கம்மாள்.

அன்னைக்கு இரவு தான் என் நண்பன் ஊரில் திருவிழா. அங்க செல்ல தான் நான் மித்ரன், அப்துல்,கருப்பன்,முகமது எல்லாரும் கிளம்பினோம்.

அப்துலை உங்களுக்கு தெரியோதுல. இவன் தான் நான் ரங்கம்மாளை லவ் பண்ண முக்கிய காரணம். இவனை பஸ்ல ஏற்றி விட நான் வராம இருந்திருந்தால் நான் ரங்கம்மாளை பாக்காமலே சென்றிருப்பேன். நிறைய உதவி செய்தான் என் அன்பு நண்பன் அப்துல். என்னோட உயிர்

நண்பன். என்கூட எப்போதுமே இருப்பான். இவ சேட்டையில என்ன மாறி இல்லை ஆனால் நான் மாட்டுனா கண்டிப்பா அவனையும் தூக்கிருவாங்க பாவம். சரி வாங்க கதைக்கு போவோம்.

ஆனால் திருவிழாவிற்கு செல்ல ரங்கம்மாளிடம் இருந்து அனுமதி கிடைக்கவில்லை. நான் கொஞ்சம் சோர்வாக தான் இருந்தேன். அவள் இரவு நேரம் நீ கண்டிப்பா பைக்ல தான் போவ நீ அங்கெல்லாம் போக வேண்டாம் சாப்பிட்டு நிம்மதியாக தூங்கு மதினு சொல்லிட்டு போய்டாய். அப்புறம் என்ன பண்ண அவதான் சொல்லிட்டாலே நானும் தூங்க போயிட்டேன்.இவனுங்க எல்லாரும் வெறுப்பாயிட்டானுங்க. எனக்கு சங்கட்டமாக இருந்தது. உடனே நான் மித்ரனிடம் நீ கேட்டு பாருடா மச்சான் .எல்லாரும் கேளுங்கடா ப்ளீஸ் என்றேன்.

உடனே மித்ரன் கால் பண்ணி அக்கா நாங்கெல்லாம் போறோம். மதியை வர சொல்லுங்க அக்கா, பத்திரமா போயிட்டு வாறோம்.என்மேல நம்பிக்கை இல்லைனா அப்துலிடம் கேளுங்கள் என்று போனை அப்துலிடம் கொடுத்தான். அப்துல் ரங்கம்மா அவனை வர சொல்லுங்க நீங்க சொன்னா தான் வருவான். லேட் ஆயிட்டு இருக்கு அவன வர சொல்லுனு சொல்லிட்டு போனை என்னிடம் கொடுத்தார்கள்.

ரங்கம்மாள் என்னிடம் என்ன மதி திருவிழாவிற்கு இரவு நேரத்தில போறதுக்கு என்னிடம் கேட்டால் விட மாட்டேனு நண்பர்களிடம் விட்டு கேட்க சொல்கிறாயா? சரி எது எப்படியோ பார்த்து பத்திரமாக போய்டு வா மதினு சொல்லிட்டு போனை வைத்து விட்டு சென்றுவிட்டாய்.

ஆனால் ரங்கம்மாளின் குரல் ஓசை ஏதோ வித்தியாசமாக இருந்தது. அதை என்னால் உணர முடிந்தது. நானும் பெரிசா எதையும் கேட்குக்கவில்லை. நண்பர்களுடன் பைக்கில் செல்ல ஆரம்பித்தோம். இரவு நேர பயணம் என்றால் யாருக்கு தான் பிடிக்காது. அதுவும் என் தம்பியோட சென்றால் பிடிக்காம இருக்குமா? தம்பினா என் பைக் தான் சொல்லுறேன். அவன் பெயரு பஜரங்கி என் பைக்கு என் தம்பி.

சரி பைக் பற்றி சொல்லுறேன். என் தம்பி பஜரங்கி பற்றி சொல்லுறேன் கேளுங்கள்.

வறுமையிலும்,
நான் விரும்பியதால்,
வந்தான்!! நல்வரவு தந்தான்!!

அன்று முதல் இன்று வரை
என் உடன் இருந்ததினாலோ
என்னவோ என் உடன்பிறந்தவன் ஆனான்!!

இஞ்சின் சத்தம்
என் இருதய மனநிலையோடு
ஒத்துபோகும் அதுவே எங்களின் பந்தம்!!

உதைத்தால் சிரிப்பான்,
அளவுக்கு மீறி குடிப்பான்,
ஆனால் ஒருபோதும் தடுமாறி தடம் மாறி என்னை
வீழ்த்தியது இல்லை!!

அடக்கடி அவனோடு பேசியதுண்டு,
ஆண்கள் அழமாட்டார்கள் என்பார்கள்,

எங்களின்
அழுகையெல்லாம்,
என் அன்பனா அவனுக்கு,
தான் தெரியும்,
யாராவது
ஏன் அழுகிறாய் என்று கேட்டார்கள் என்றால்
காட்டிக்கொடுக்கமாட்டான்..

காற்றின் வேகத்தினால் வந்தது என்று காரணம் சொல்லி
தப்பிக்க செய்வான்!

நாள் முழுவதும்
கை பிடித்தப்படியே செல்லுவோம்!
காரணம் கேட்டால் தெரியாது!!

மனநிலை சரியில்லை என்றால்

அவனோடு ஒரு ரைடு சென்றால்
போதும் அனைத்தும் சரியாகிவிடும்.

அவனுக்கு உடல்நிலை சரியில்லாமல்
இருந்தாலும் உடனே சரிசெய்துகொண்டு உடன்
வருவான்!!.

அவசரம் என்றால் விரைவான்,
நேரத்திற்கு நேர்த்தியாக அழைத்து செல்வான்,
தாமதமாக வந்துவிட்டாய் என்று யாரும் என்னை திட்ட
விட மாட்டான்..

என் கால்கள் வலிக்கும்
என்று ஓடிக்கொண்டே இருப்பான் அவன் கால்கள்
தேய்ந்தாலும்...

என்னை மட்டும் இல்லாமல்
என்னை நம்பி வருபவர்களையெல்லாம்
ஏற்றிச்செல்லுவான்...

இருளிலும்
அவன் விழிக்கொண்டு
நல்வழியில் அழைத்துச் செல்வான்!!

யாரவது முந்த நினைத்தால்
முந்திக்கொள்வான் அவர்களுக்கு முன்!!

என்வீட்டில் கடைசி பிள்ளை அவன்!!
சிறுபிள்ளையில் என்னை குளிப்பாடி தந்தை இப்போது
அவனையும் குளிப்பாட்டினார்....

என் நண்பர்களுக்கும்
அவன் நண்பன்!!
என் அன்பானவன்!!
என் இனியவன்!!
அவனே என் உயிரானவன்!!
என் உணர்வாணவன்!!
அவன் தான் என் பைக் பஜரங்கி.

நாங்க எல்லாரும் பைக்கில் ஜாலியா பேசிக்கிட்டு போய்யிட்டு இருந்தோம். திடிரென மொபைலில் அழைப்பு வந்தது. நான் ரங்கம்மாளாய் தான் இருக்குமுனு ஆசையாய் எடுத்தேன். ஆனால் அழைப்பு வந்தது ரங்கம்மாளிடம் இருந்து அல்ல. அரண்யா காதலன் அருள்நம்பியிடமிருந்து.

எனக்கு புரியவில்லை ஏன் அருள்நம்பி இந்த நேரத்தில் எனக்கு போன் செய்கிறான். ஒரு வேளை ரங்கம்மாள் சோக குரலுக்கு இது தான் காரணமாக இருக்குமோ, சரி என்ன தானு கேட்போம் என்று எடுத்து பேசினேன்.

அருள்நம்பி, மதி எப்படி இருக்க நல்லா இருக்கியா என்று கேட்க, அதற்கு நான் நலம் ஆனால் உன் நலத்தில் தான் சந்தேகமாக இருக்கிறது. நீ நலமா என்று கேட்டேன்.

நான் சந்தோஷமாக இல்லை மதி என்று அருள்நம்பி கூறினான்.

ஏன் என்னாச்சு என்று பைக்கை நிறுத்தி பேச ஆரம்பித்தேன்.

அதற்கு அரண்யா என்னை ஏமாற்றுகிறாள் மதி. என்னை காதலித்து இருக்கும் போதே வேறொருவரிடம் பேசிகிறாள். நான் உங்கள் கல்லூரி கிடையாது. இருந்திருந்தால் தெரிந்திருக்கும். காதல் பரிசு லாம் வாங்குகின்றாளாம் அப்படியா மதினு என்னிடம் கேட்டான்.

அதற்கு எனக்கு எதுவும் தெரியாது அருள்நம்பி என்றேன்.

அருள்நம்பி, ரங்கம்மாளும் என்னிடம் சொன்னாங்க அரண்யா வேண்டாம் நல்லவள் அல்ல என்று. அப்படியென்றால் உனக்கும் தெரிஞ்சுருக்கும் அவளை பற்றி நீயாவது சொல் மதி என்றான்.

நான் எதை சொல்லுவேன் அரண்யா நல்லவளோ, கெட்டவளோ, அவளை பற்றி குறை சொல்லுவதோ, தப்பாக பேசுவதோ இங்கு யாருக்கும் உரிமை கிடையாது. ஏனென்றால் அது அவள் வாழ்க்கை, அது அவளின் குணாதிசயம் ,அதை எப்படி நான் தவறு என்று சொல்ல முடியும்.

எனக்கு தெரியும் அரண்யா எப்படி என்று, காதலில் இருக்கும் போதே வேறொருவரிடம் காதலில் இருந்தாள் என்பதை நான் முன்பாகவே அறிந்தேன். ஆனால் அதற்கு பின்னரே ரங்கம்மாளும் என்னிடம் அதிகம் கூறினார். அப்படி அவர்கள் பற்றி கூறும் போது தான் நான் அவர்களிடம் இருந்து விலகிருக்க ஆரம்பித்தேன். எங்கு இவர்களால் நம் காதலில் பிரச்சினை வரும் என்று.

"நாம் நினைப்பது தான் நடக்கும் "

நினைத்த மாறியே இவர்களால் தான் அதிக பிரச்சினை என் காதலுக்கு வர ஆரம்பித்தது.

சரி அருள்நம்பியிடம் நான் சொன்னதை கேட்போம் கேளுங்கள்.

அருள்நம்பி அரண்யா எப்படி என்று எனக்கு தெரியாது. என்னிடம் அவள் பேசியது வரை அவள் நல்லவள் தான்.ஒருவேளை ரங்கம்மாள் உன்னிடத்தில் சொன்னது கூட. பொய்யாக இருக்கலாம் என்று கூறினேன்.

அதற்கு இல்லை மதி ரங்கம்மாள் பொய் கூறவில்லை. அவள் உண்மையை தான் சொல்லிருக்கிறாள். அவள் பற்றி என் நண்பர்கள் ஊருக்கார பசங்க உங்க கல்லூரி நண்பர்கள் அனைவரும் சொல்லுவார்கள். அதுமட்டும் அல்லாமல் அவள் வீட்டுக்கு கூட வருவாங்களாம் மதி என்று சொன்னான்.

அதற்கு அருள்நம்பி உனக்கு தான் இவ்வளவு தெரிந்துள்ளதே பிறகு ஏன் காதலிக்கிறாய் என்றேன்.

அதற்கு அவளே ஏமாற்றும் போது நம்ப ஏன் ஏமாற்றக்கூடாது. எனக்கு கல்யாண பண்ண அத்தை மகள் ஒன்னு இருக்கு அதை கல்யாணம் பண்ணிட்டு போய்யிருவேன். அதுவரைக்கும் இவ கூட இருந்துக்க வேண்டயது தான் மதினு சொன்னான்.

என்னால நம்பவே முடியவில்லை. இவன் உண்மையாக தான் காதலிக்கிறான் என்று நினைத்துவிட்டேன். ரங்கம்மாளும் அப்படி தான் நினைத்தால், ஆனால் இருவருமே பொய்யாக தான் உறவில் இருந்திருக்கின்றார்கள். இனி இவனிடம்

உரையாடுவது வீண் என்று, சரி அருள்நம்பி நீ என்னை நினைக்கிறாயோ அது பண்ணு உடம்ப பார்த்துக்கோ என்று சொல்லி விட்டு போனை வைத்து விட்டேன்.

பிறகு தான் யோசனை வந்தது அருள்நம்பி நல்லவனு நினைத்து அரண்யா பற்றி முழுவதுமாக சொல்லி அவங்க இரண்டு பேருனால இவளுக்கு எந்த பிரச்சனை வரக்கூடாது என்று நானும் அருள்நம்பியும் பேசிய ஆடியோவை ரங்கம்மாளுக்கு அனுப்பி வைத்தேன்.

அவள் அதைக் கேட்டதுமே அருள்நம்பியை நல்லவன் என்று நினைத்து விட்டேனே என்று புலம்பினாள். இந்த ஆண்களே இப்படி தான் மதினு சொன்னால்.

எனக்கு கோவம் வர ஆரம்பித்தது. அது எப்படி பொதுவான முறையில் ஆண்களோ, பெண்களோ இப்படி தான் என்று எவ்வாறு சொல்லலாம் ரங்கம்மாள்.ஒரு ஆண் எவ்வளவு கஷ்டப்படுகிறான் என்று தெரியுமா? சொல்கிறேன் கேள்.

கைகுழந்தையில் ஆரம்பித்து பள்ளி பருவம் வரை தான் ஒரு ஆணின் வாழ்க்கையில் சந்தோஷங்கள் நிறைந்திருக்கும். கல்லூரி பருவத்தில் ஆரம்பித்து கல்லறை பருவத்தை அடையும் வரை கானல் நீரைப் போல் காயங்களும் கஷ்டங்களும் வந்து வந்து போகும். குடும்ப சுமைகளை சுமக்க கழுதையாக மாறுகின்றனர். காதலில் சிக்கிக்கொண்டு காரணமே இல்லாமல் காயப்படுக்கின்றன. காதலா? குடும்பமா? என்று வருகையில் எதையும் இழக்கக்கூடாது என்று பிடித்தை எல்லாம் இழந்து விட்டு இலக்கை நோக்கி ஓடுகின்றவன். அதிக தோல்விகளை கண்டவன். அதை தோழர்களிடமே மட்டும் பகிர்ந்து கொள்பவன். வீழ்தாலும் தனது குடும்பம் வீழா திருக்க ஓடுபவன். கவலைகளை மற(றை)க்க தெரிந்தவன். இதய அறையில் தாயையும், காதலியும் சரிக்கு சமமாக வைக்கத்தெரிந்தவன். அவனே தலைவன், அவனே காவலன்,. ஓடுகின்ற வாழ்க்கையில் ஓட்டுக்கொண்டே வருகிறது ஆணின் சாபங்கள்.

(ஒரு பெண் பத்து மாதங்கள் சுமந்த பின் தான் தாய் ஆகின்றாள். அந்த வலி பத்து மாதங்கள் மட்டுமே. ஆனால் ஒரு ஆண் அவன் கல்லறை செல்லும் வரையிலும் குடும்பங்களையும்,காதல்,சோகம்,சந்தோஷம் ஆகிய இடையே உள்ள போராட்டங்களையும் சுமந்து கொண்டுதான் இருக்கின்றான். அந்த குடும்பத்திற்கே அவன் தாய் ஆகின்றான்.)

இவ்வளவு கஷ்டங்களை உள்ளே வைத்து வாழ்கின்றவர்கள் ஆண்கள் அவர்களை பற்றி இப்படி தான் கூறுவது நியாயமா? என்றேன்.

அதற்கு நான் பொதுவாக தானே சொன்னேன் ஏன் என்னிடம் கோபம் கொள்கிறாய் மதி என்று குட்டச்சி பாவமாக கேட்டாள்.

நான் எப்படி ரங்கம்மாள் என்மேலே நானே கோபப்படுவேன் . நீ என்றால் நான் தானே பிறகு எப்படி கோபப்படுவேன் ரங்கம்மாள் என்றேன்.

ரங்கம்மாள் சரி சரி சமாளிக்காத செல்லம். சாப்பிட்டியா என்று கேட்டாய்.

ரங்கம்மாள் என்னிடம் அதிகமா பயன்படுத்தும் வார்த்தை, "சரி டா மதி செல்லம்" .இந்த வார்த்தையை நீ சொல்லும் போதெல்லாம் ரொம்ம அழகா இருக்கும்.

ம்ம் நான் சாப்பிட்டேன். நீ சாப்பிட்டியா என்று கேட்டேன்.

நானும் கிளியும் சாப்பிட்டோம். இப்போதுலாம் நானும் கிளியும் ஒன்னா தான் இருக்கிறோம். எனக்கு chilli (கிளி) ரொம்ம பிடிச்சிருக்கு. சில்லி தான் கிளி பெயருனு சொன்னாய்.

அடுத்த நாள் கல்லூரிக்கு சென்றோம். அந்த நாள் அப்படியே போனது. மாலை நேரம் ஆனாது ரங்கம்மாளிடம் இருந்து போன் வந்தது. அதில் அரண்யா என்னை திட்டிவிட்டாள், அவள் என்னிடம் பேசாமல் சென்றுவிட்டாள், நீ அனுப்புன ஆடியோவை அவளுக்கு அனுப்பியும் அவங்க இருவருமே சேர்ந்து என் மேல் பலி போடுகின்றார்கள் நான் தான்

அவர்கள் சண்டைக்கு காரணம் என்று கவலையாக என்னிடம் சொன்னாய். அருள்நம்பி அரண்யாவிடம் நான் கெட்டவளை போலவும் என்னிடம் அவள் கெட்டவள் போலவும் பேசிகிறான் மதி நீ சொல் நான் என்ன பண்ண எனக்கு ஒன்றும் புரியவில்லை என்றாய்.

எனக்கு கோபம் தலைக்கேறியது. ஆனால் "கோபம் ஒருவனை கோமாளி ஆக்கிவிடும்" என்பதால் கொஞ்சம் பொறுமையாக யோசித்து அமர்ந்தேன்.

திடிரென ரங்கம்மாளிடம் இருந்து போன் வந்தது, எடுத்து பேசினேன். மதி அருள்நம்பி conference ல தான் இருக்கிறான் நீ பேசு மதி என்னால முடியல மதி என்றாய்.

உனக்கே தெரியாது ரங்கம்மாள் நீயாகவே உனக்கே தெரியாம பல பிரச்சினைகளை உருவாக்கி அதில் நீயே சிக்கி கொள்கிறாய்.அதில் ஏற்பட்ட சிக்கல்களை ஒவ்வொன்றாய் சிக்கெடுப்பதே எனது வேலையாக இருக்கிறது.

அதுவும் சரிதான். நீ ஒரு முறை என்னிடம் வேடிக்கையாக சொன்னாய் நியாபகம் உள்ளதா, நான் உன் வாழ்க்கைக்குள் வரதுக்கு முன்பாக நிறைய பசங்க பின்னாடி வந்து கேலி செய்வாங்க, ஆனால் நீ என்னை லவ் பண்ணுறேனு தெரிஞ்சதும் ஒருத்தவன் கூட பின்னாடி வருவதில்லை. கேலி செய்யவுமில்லை,என்னை கண்டாலே விலகி நடக்குறாங்க அப்ப தான் முடிவு பண்ணேன் மதி நீ தான் என் பாதுகாவலன் (security) னு முடிவுப்பண்ணிக்கிட்டேனு சிரிச்சுட்டே சொன்ன ரங்கம்மாள். எனக்கு அப்படியே நியாபகம் இருக்கு ரங்கம்மாள். சரியா தான் நீ சொல்லிருக்க நான் தான் உன் பாதுகாவலனு, அப்போ நான் தான் உனக்கு அரணாக இருக்க வேண்டும். நான் இருப்பேன் ரங்கம்மாள் உனக்காக..

போனின் இணைப்பில் இருந்த அருள்நம்பியை கோபத்தில் பேசி,இன்றோடு ரங்கம்மாளையும் என்னையும் தொந்தரவு செய்வதை விட்டுவிடு நீயும் அரண்யாவும் எப்படியோ கட்டி சேருங்கள் என்று கோபத்தில் கத்தினேன்.

அதற்கு அருள்நம்பி என்னை மன்னித்துவிடு மதி என்று சொல்லி போனவன், பிறகு எந்த தொந்தரவும் செய்யவில்லை.

அரண்யாவும், இளநாச்சியும் ரங்கமாளுக்கு நிறைய கஷ்டம் கொடுத்துருக்காங்க, அதையும் ரங்கம்மாள் தான் என்னிடம் அடிக்கடி சொல்லுவாள்.

இங்கு இருந்து ஆரம்பிச்சது தான் எல்லா பிரச்சினைகள், எனக்கும் அரண்யா, இள நாச்சி இருவருகளுக்கும் எந்த ஒரு தனிப்பட்ட முறையில் பிரச்சினை மன கசப்பு கிடையாது. என்னிடம் நன்றாக தான் பேசி கொண்டு இருந்தார்கள். நான் தான் அவர்கள் குணாதிசயம் மற்றும் ரங்கம்மாளுக்கு கஷ்டம் கொடுத்ததும் இவையெல்லாம் தான் இவர்களை வெறுக்க வைத்தது. இவர்களால் தான் எனக்கும் ரங்கமாளுக்கும் அடிக்கடி சண்டை வர காரணமாக இருந்தது.

அரண்யா, இளநாச்சியிடம் பேச மாட்டேன் என்பாய். ஆனால் அவர்களிடம் தான் பேசுவாய். அவர்களுடன் நடந்து சென்றால் எல்லாரும் தப்பாக பேசுவாங்க நீ சொல்வது சரி தான் இனி அவங்க கூட நடக்க மாட்டேன் என்பாய். ஆனால் அவர்களிடம் தான் நடந்து செல்லுவாய். அவர்களுக்கா என்னிடம் பொய் சொல்வாய். உனக்காக பேசியதற்கும், சண்டைபோட்டதற்கும் அவர்கள் என்னை தவறாக பேசினார்கள், அதை நேராக பார்த்தவள் நீ தான் பார்த்து என்னிடம் சொன்னவளும் நீ தான், இவ்வளவு சொல்லிய நீயே இவர்களுக்காக என்னை விட்டுக்கொடுத்து என்னிடம் பொய் சொல்வதே நம் காதலுக்கு இடையூறாகவே இருந்தது. நீ மாறுவாய் மாறுவாய் என்று நானே மாறிவிட்டேன்.

எனக்கு உன் அப்பா அம்மா வை ரொம்ம பிடிக்கும் ரங்கம்மாள். பல தடவை உன்னிடமே நான் சொல்லிருக்கேன். அவங்க இருவரும் இல்லையென்றால் "உன்னை போல் ஒரு தேவதை அறிமுகம் ஆகமாலே என் உடல் அழிந்து போயிருக்கும் ரங்கம்மாள்".
அவங்களுக்கு தான் நன்றி சொல்லனும். அவங்களுக்கு தான் நான் அதிக கடமை பட்டுருக்கேன். அவங்கள என்னைக்குமே கஷ்டமோ, அசிங்கமோ என்னால எதுவும் நெருங்காது ரங்கம்மாள்.

உங்க அம்மாக்கு கண்ணுல சின்ன பிரச்சினை அவங்களுக்கு அடிக்கடி தலை வலிச்சுகிட்டே இருக்கும். பாவம் அவங்க எப்படி தான் தலை வலியெல்லாம் தாங்குறாங்களோ என்று பலதடவை நீ என்னிடம் சொல்வதை கவனித்திருக்கின்றேன்.

அதனால் நான் சென்று என் அப்பாவிடம் கேட்டேன். அப்பா தலை வலி அடிக்கடி வந்தால் என்ன செய்வது, என்ன செய்தால் வலி முற்றிலும் தீரும் என்று கேட்டேன். அதற்கு டேய் மதி நம்ம தோட்டத்துல நொச்சி செடி இருக்கு, அந்த நொச்சி செடி இலைய எடுத்துட்டு போயி நல்லா தண்ணீரில் கொதிக்க வைச்சு ஆவி பிடிச்சா தலை வலி சரி ஆயிரும் டா. ஆமா யாருக்கு தலை வலி என்று கேட்டாங்க. நான் ப்ரண்டு அம்மாக்குனு சொல்லிட்டேன்.

நான் கல்லூரிக்கு Bag பேக் எடுத்துட்டு போனதே இல்ல ஆனால் ஒவ்வொரு வாரம் வீட்டுக்கு போய்யிட்டு வரும் போதெல்லாம் Bag பேக் நிறையா நொச்சி இலை பறித்து கொண்டு போயி அந்தையம்மாளிடம் கொடுத்து ரங்கம்மாளிடம் கொடுக்க சொல்லுவேன். ரங்கம்மாள் வாங்கி கொண்டு போயி அவளின் அம்மாவிற்கு ஆவி பிடிக்கும் மாறு வலியுறுத்துவாய். என் அத்தை ஆவி பிடித்துவிட்டு இப்போது நன்றாக இருக்கு என்றார்.தலை வலி இல்லை என்றார்.

இது ஒன்றே எடுத்துக்காட்டாகும், நான் உன் குடும்பத்தினர் மீது எவ்வளவு அன்பும், மரியாதையும் வைத்துள்ளேன் என்று.

அடிக்கடி நமக்குள்ள சின்ன சின்ன சண்டைகள் வர ஆரம்பித்தது. அதெல்லாம் செல்ல சண்டைகள் என்று ரசிக்க ஆரம்பித்தேன். எல்லா சண்டைகளும் உன்னால் தான் ஆரம்பிக்கும் ,சமாதானமும் உன்னில் தான் ஆரம்பிக்கும். என்ன உனக்கு அவ்ளோ பிடிக்கும். எனக்கும் அப்படி தான். நீ சண்டையில என்னிடம் பேசாம இருக்கும் போதெல்லாம் இவ்வுலகமே இயங்க மறத்து இருண்டது போல் காட்சியளிக்கும்.

உன் மௌனங்களால்

செல் போன்
செயலிகளிகளும்
செயழிலந்து போனது
உன் மௌனங்களால்!

விழிகளும்,
வழி மாறுகிறது,
உன் மௌனங்களால்!

திசை எங்கும்
உன் முகம்,
திணறி தவிக்கின்றேன்,
உன் மௌனங்களால்!

இரவு, பகல்
பாராமல் காதலிதோம்.
ஆனால்,
இரவு ,பகலை,
கடக்க முடியவில்லை ,
உன் மௌனங்களால்!

ஆள்கொல்லி நோய்,
என்னை ஆட்கொண்டது போல்,
உணர்கின்றேன்,
உன் மௌனங்களால்!

குத்திக் கிழிக்க ,
ஆயுதங்கள் தேவையில்லை!
உன் மௌனங்களே போதும்!

தூக்கத்தை
துரத்தியடிக்கிறேன்!

தூக்க கனவிலும்
உன் நினைவு
உலா வருவதால்.

செல்லமே, தங்கமே,
என்று இரவு நேரங்களில்,
நாம் இசைப்பாடியவை எல்லாம்,
என்னை இளைப்பாற தடுக்கின்றது.

நொடி பொழுதும்
பிரிந்திருக்க மனமில்லை
என்றாய்!
நாட்கள் கழிந்தன!
பிரிவே துணை என்றாய்.

துக்கத்தில்,
தூக்கத்தை,
துரத்தியடிக்கிறேன்!

தூக்கத்தில்
தொலைப்பதும்
உன்னால்!
தூக்கத்தில்
தொலைவதும்
உன்னால்!

பெண்,
நினைத்தால்,
ஆக்கவும் முடியும்,
அழிக்கவும் முடியும்,

அவளே,
வரம் ஆகிறாள்!
அவளே,
சாபமாக மாறுகிறாள்!

ஒரு ஆணின்,
வாழ்க்கையில்!.

வறண்ட,
நிலத்தை,
மழையாக பொழிந்து,
உயிர்பிக்க செய்கிறாள்!

தெளிந்த,
 நீரோடைய,
வெப்பகதிர்வீச்சால்,
உறிஞ்சி பாலைவனமாக,
மாற்றுகிறாள்!

ஒரு ஆணின்,
 வாழ்க்கையில்!

அவளே,
உயிர் ஆகிறாள்!
அவளே,
உணர்வாகிறாள்!
அவளே,
 உறவாகிறாள் !
அனைத்தும்,
அவளாகிறாள்!

அவளே
உயிரை,
உறவை,
உணர்வை,
அனைத்தையும்,
இழக்கச் செய்கிறாள்!

ஒரு ஆணின் ,
வாழ்க்கையில்!

இப்படி ஒவ்வொரு நாளும் நகர ஆரம்பித்தது. எல்லாருக்குமே ஆச்சரியமாக இருக்கும். இவ்வளவு சண்டைப்போட்டு இனி இது தொடராத நிலை என்று வந்தாலும் அடுத்த நாளே எதுவும் நிகழாத மாறி இருவருமே இணைந்துக்கொள்வோம். அவ்வளவு அழகாக இருக்கும் .எனக்கு நீ எது செய்தாலும் ரொம்ம பிடிக்கும் சின்ன குழந்தை மாறி பேசுறது, என் மேல கோபப்படுவது, அந்த சத்தம் எல்லாரும் சிரிச்சா சிரிப்பு சத்தம் மட்டும் தான் கேட்கும் ஆனால் நீ சிரிச்சா மோட்டர் பைக் ஸ்டாட் பண்ண மாறி அப்படி ஒரு சத்தம் கேக்கவே அவ்வளவு அழகாக இருக்கும். உன்னை அப்படி ரசிப்பேன் ரங்கம்மாள்.

நினைவுகளை ,
நினைவுப்படுத்தினாலே,
போதும்,இங்கு,
பிரிவுக்கு,
வழியும் இல்லை!
வலியும் இல்லை!

ஒரு நாள் நல்ல உறக்கம் எனக்கு, வீட்டில் உறங்கிக்கொண்டிருந்தேன். அப்போது வீட்டில் ரோட்டோரத்தில் பூவே! பூவே! மல்லிகை பூவே! என்று கூவிக்கொண்டே பூக்காரர் நடந்து சென்றிருந்தார்.

என் அம்மா மதி பூ வருது வாங்க பணம் கொடு என்றார். எனக்கு தூக்கத்தில் எதுவும் தெரியவில்லை நான் என் பின் பாக்கெட்டில் மனி ப்ரஸ் (wallet) இருக்கு எடுத்து வாங்கிக்கோங்க என்று சொல்லி திரும்பி படுத்து உறங்கிக்கொண்டு இருந்தேன். நேரங்கள் கழிந்தன நான் எழுந்து முகத்தை கழுவிக்கொண்டு கட்டிலில் அமர்ந்தேன்.

என் அன்புக்குரிய அம்மா யாருடா அந்த பெண் என்று கேட்டாங்க.எனக்கு தான் அங்கு யாரும் தெரியவில்லையே, யாரை அம்மா சொல்லுறீங்க என்று கேட்டேன்.

அதற்கு என் அன்புக்குரிய அம்மா தம்பி மதி நான் கேட்டது வெளியே உள்ள நபரில்லை. உன் மனி ப்ரஸில் (Wallet) உள்ள பெண் யாரென்று கேட்டேன்.சொல் மகனே யாரு அந்த பெண்.

எனக்கு தூக்கிவாரி போட்டது. நான் எப்படி சமாளிப்பேன்,எப்படி சொல்லுவேன் ரங்கம்மாள் யார் என்று. ஆமாங்க மனி ப்ரஸ்ல உள்ளது ரங்கம்மாளின் புகைப்படம் தான்.

காதலிக்கும்,
ஒவ்வொரு ஆண்களின்,
மனதில் மட்டும் அல்ல,
அவர்களின் ,
மனி ப்ரஸிலும்,
ஒழிந்து கொண்டு,
வாழ்ந்துக்கொண்டு,
தான் இருப்பார்கள் ,
அழகிய,
பெண் தேவதைகள்!

ஆமா நான் எப்படி எங்க அம்மாவை சமாளிப்பேன். யார் இந்த ரங்கம்மாள்? என்னவென்று சொல்லுவேன் அவள் யார் என்று,

யார்
அந்த ரங்கம்மாள்?

என்
வார்த்தைகளுக்கு
உயிர் கொடுத்தவளோ?
என்
வாழ்க்கையின்
உயிரானவளோ?
யார் இந்த ரங்கம்மாள்?

எல்லோரும்
இதையே கேட்கின்றனர்,
என் அன்னையும்,
கேட்கின்றார்,
யார் அந்த பெண்!
என்று,

கனவுகளில்
தினமும் வரங்களை
அள்ளி தரும்
தேவதையோ அவள்?

வானவில்
வர்ணங்களை பூசிக்
கொண்ட வண்ண
மயிலோ அவள்?
யார் இந்த ரங்கம்மாள்?

ஒளியே
ஒழிந்து கொண்டிருக்கும்
வெண்நிற நிலவோ அவள்?
யார் அவள்?
என் ஜென்ம
காதலியோ அவள்?
என் செல்ல
ராஜசியோ அவள்?
யார் இந்த ரங்கம்மாள்?

கொஞ்சி
குரலிசைக்கும்
பைங்கிளியோ அவள்?
சண்டையிட்டு
பிரிந்தவளோ அவள்?
என்மேல் காதல்
கொண்டு இணைந்தவளோ அவள்?
யார் இந்த ரங்கம்மாள்?

பெரும்
காவியமோ அவள்?
வண்ண மயில்
ஓவியமோ அவள்?
வளர்பிறையோ அவள்?
கார்மேகமோ அவள்?
காகித மடலோ அவள்?
காதலோ அவள்?
காயமோ அவள்?
காலமோ அவள்?
கண்ணீரோ அவள்?
கலங்கரை விளக்கமோ அவள்?
யார் அவள்?
யார் இந்த ரங்கம்மாள்?

தன்னவனின்
மன்னவளோ அவள்?
என்னருகில்
இல்லையெனினும்
என்னவளோ அவள்?
யார் இந்த ரங்கம்மாள்?

கேள்வியும் அவளே!!
பதிலும் அவளே!!
கேள்வியானவள்,
பதிலாய் வருவாள்!

அன்பென
ஆழ்பெருங்கடலில்
மூழ்கச்செய்தவளோ!!

வருக!
என் அழகு ரங்கம்மாள்!!

ஆமா
யாரு அந்த ரங்கம்மாள்!!

எல்லோரும் கேட்கும் கேள்வி? ,யார் அந்த ரங்கம்மாள்?
அவள் நிழலா? நிஜமா? என்று,
எனக்கு தெரிந்ததை வைத்து சொல்கிறேன் கேளுங்கள்.

அவள் பெயர்
"ரங்கம்மாள் "

என்னை மனமார
மன்னவனாய் ஏற்றவள்.

அழகின்
பிறப்பிடம் அவள்.

நல் குணங்களின்
பிம்பம் அவள்.

என் காதல் அவள்.

என் கற்பனை அவள்.

என்னோடு
வாழ்ந்து கொண்டிருக்கும்
உருவமில்லா தென்றல் அவள்.

அன்பெனும்
ஆழ்கடலில் என்னை
மூழ்கடிக்க செய்தவள்!

இடைவிடாமல்
என்னுடன் இசைத்தவள்!
தினம் தினம்
தினங்களுக்கு
என்னை அறிமுகம்
செய்தவள்!

தேவதை அவள்!
தெய்வீக குழந்தை அவள்!
கருவிழி அழகி அவள்!
இன்னிசை
பாடும் குயில் அவள்!

என்னை நினைத்தவள்!
என்னை நேசித்தவள்!
என்னை அரவணைத்தவள்!
என்னை வெறுத்தவள்!
என்னை விட்டு விலகியவள்!
பிரியங்களை மனதில்
வைத்துக்கொண்டு பிரிந்தவள்!
என்னை காத்திருக்க வைத்தவள்!
அதீத காதல் செய்ய
கற்றுத் தந்தவள்!

என்னை
நேசிக்க வைத்தவள்!
ரசிக்க வைத்தவள்!
எழுத வைத்தவள்!
உணர வைத்தவள்!
சிரிக்க வைத்தவள்!

அழுக வைத்தவள்!
நிகழ்காலத்தில்
நினைவை மட்டும்
நினைத்து வாழ வைத்தவள்!
பிரிவின் மீதும்
பிரியம் வைக்க
கற்று தந்தவள்!

அவள் நிழலும் தான்,
அவள் நிஜமும் தான்,
அவளை என்னவென்று
நான் சொல்லுவேன்!
அனைத்திற்கும்
காலம் தான் பதில் சொல்லும்!

யார் அந்த
ரங்கம்மாள் என்று!

உங்களை போலவே
கேள்விகளுடன் நானும்
காத்திருக்கிறேன்!

எப்படி சொல்லுவேன் என் ரங்கம்மாள் பற்றி அம்மாவிடம். கொஞ்சம் இதயத்தில் நடுநடுக்கமாக இருந்தது. எனக்கு வேறு பொய் சொல்ல தெரியாது. நான் பொய் சொன்னால் சிரித்து விடுவேன். என் அன்னையிடம் அம்மா இது ப்ரண்டு ராஜா தங்கச்சி அவன் மனி ப்ரஸ் அம்மா. அவனிடம் வாங்கிட்டு வந்தேன் அதில் இருந்த அவனுடைய தங்கையின் புகைப்படம் இருப்பதை நான் கவனிக்கவில்லை அம்மா என்றேன்.

அது எப்படி டா மதி ராஜா ப்ரஸ் உன்னிடம், அது மட்டும் இல்லாமல் ராஜாக்கு தங்கச்சியே இல்லை, அவர்கள் குடும்ப நபர்கள் அனைவருமே கருப்பு தான் இந்த பெண் சிவத்தப்புள்ளயா இருக்கு உண்மையை சொல் மதி யார் அந்த பெண் என்று சொல் என்று கேட்டார்.

நான் சிரித்து கொண்டே அம்மா நான் ஏன் உன்னிடம் பொய் சொல்ல போகிறேன் என்று சொல்லி அங்கிருந்து சென்று விட்டேன்.

என் அம்மாக்கு தெரியும் நான் ஒரு பெண்ணின் மீது காதல் கொண்டுள்ளேன் என்று. நம் செய்யும் நடவடிக்கையிலே தாய் அனைத்தையும் கண்டறிந்து விடுவார்கள். நாம் காதலிக்கிறோம் என்று வீட்டில் முதலில் அறிவது தாய் தான். இது எல்லோருக்கும் பொருந்தும்.
ஆனால் இன்று வரை என்னிடம் அதை பற்றி கேட்டதே இல்லை. ஏன் இன்னும் மனி ப்ரஸில் அவளது புகைப்படம் இருந்துக்கொண்டு தான் இருக்கிறது. இப்போ வரை அந்த புகைப்படத்தை அகற்ற முடியவில்லை.

ரங்கம்மா உனக்கு நியாபகம் இருக்கா? உன்னிடம் நான் என் அம்மாவிடம் மாட்டிக்கொண்டேன். உன் புகைப்படத்தை பார்த்து விட்டார்கள் என்றேன்.அதற்கு எவ்வளவு சிரித்தாய், என்னை நக்கல் செய்து, நல்லா மாட்டிக்கிட்டியா மதி உன்னை யாரு அத்தை பாக்குற மாறி வைக்க சொன்னா என்று விடாமல் சிரத்தாய்.

ஆனால் தப்பிக்க நான் பட்ட பாடு எனக்கு தான் தெரியும்.

நாம வெளிய சுத்துனத விட உன் வீட்டில் சந்தித்தது தான் அதிகம். வெளியில் யாராவது பார்த்துவிடுவார்கள் எனக்கு பயமாக உள்ளது நீ வீட்டிக்கு வா என்று சொல்லுவாய். ஆனால் எனக்கு தான் தெரியும் வெளியில் இருந்து வீட்டிற்குள் வருவதற்கு எவ்வளவு பயம்,எவ்வளவு கஷ்டம், என்று எனக்கு தான் தெரியும். யாராவது பார்த்துவிட்டால் அது என்னை பாதிக்காது, மாறாக உன்னையும் உன் குடும்பத்தையும் பாதிக்கும் என்பதற்காக அவ்வளவு பாதுக்காப்பாக வருவேன். உனக்கும் பயமாக தான் இருக்கும். எனக்கு அது நல்லாவே தெரியும். ஆனால் எனக்காக நமக்காக ஒரு நொடி பொழுதாவது உடன் அமர்ந்து பேச, இருவருமே ஒன்றாக இருக்க நாம் இருவருமே பயத்தை மறைத்தோம். என்னை கேலி செய்தாய் என்ன மதி இதய வேகம் மிகவேகமாக இருக்கிறது. ஏன் இவ்வளவு பயம். நான் அருகில் இருப்பதனாலா இல்லை யாராவது பார்த்துவிடுவார்கள் என்பதற்காகவா என்று கேட்டாய். உன் பயத்தை எல்லாம் மறைத்து விட்டு.

மெத்தை போல்
ஏறி கொள்வாய்!

குழந்தை போல்
அடம்பிடித்து கொல்லுவாய்!

முத்தங்களை
உணவாய் உண்பாய்!
போதும் என்ற
மனமே இருந்தது இல்லை!
மீதம் வைக்கும்
எண்ணமும் இல்லை!
மிதக்க வைக்கசெய்வாய்
முத்த மழையால்!

இதய இசையை
தலை சாய்ந்த படியே
கேட்டு ரசிப்பாய்!

கன்னங்களை
கில்லி கொஞ்சி
மகிழ்வாய்!

இதலோடு
இதல் கொண்டு
சண்டையிடுவாய்!
போட்டிகள் உண்டாகும்
நீயா? நானா? என்று
இதில் மட்டும்
விட்டுக் கொடுக்க மாட்டாய்!
வென்று விடுவாய்!
சண்டைகளில்
முடிவில் இருபுறமும்
ஆனந்த வெள்ளம் தான்!

கண்களோடு
கண்களை கொண்டு
காதல் மொழியை போதிப்பாய்!
அடியேன்

காதலோடு கற்றுகொள்வேன்!

இன்னும்
உன்னுடன் நிகழ்ந்துள்ள
ஆயிர நிகழ்வுகளை எதை
கொண்டு எடுத்துரைப்பேன்!

சொல்லுவதற்கே
காலங்கள் போதாதெனில்
அனைத்தையும் மறப்பது
சாத்தியமா?
நினைவுகள் என்றும்
அழிவதில்லை அன்பே!
நினைத்து கொண்டே
இருப்பேன் உன்னுடம்
நிகழ்ந்த அத்தனை
நினைவுகளையும்!

வீட்டிற்கு வந்தால் என்னை வெளியே அனுப்பும் பழக்கமே
இவளுக்கு இருந்ததில்லை. ஏன் வந்தவுடனே ஓடிகிறாய்
என்று வாசல் கதவை தாழ் போட்டுக்கொண்டு என்னோடு
உரையாடுவாய். எனக்கு தான் தெரியும் வெளியில் சென்ற
உன் பெற்றோர்கள் வந்துவிட்டால் பாவம் நீயும் மாட்டுவாய்.
நானும் தர்ம அடி வாங்குவேன் இது தெரியாமல் இவள் வேறு
காதல் விளையாட்டு விளையாடுகிறாள் என் மனதிற்குள்ளே
நினைத்துக்கொள்ளுவேன்.

நீ,
எனதருகில்,
இருக்கும் போதெல்லாம்,
விடுப்பு,
எடுத்துக்,
கொள்கிறது,
"நமது ஆடைகள்"

நானும் வெளியே போகனுமுனு எவ்வளவு நினைச்சாலும் ஒரு
நொடி அவ கண்களை பார்த்தால் போதும் இவ்வுலகமே
மறந்து அவள் பாதத்திலே வாழ்ந்துவிடுவோம்.

நான்
பெரிதும்
போதைக்கு
அடிமையானவன்!

நாள்,
முழுவதும்,
போதையில் தான்,
இருப்பேன்!

வாந்தி,
எடுத்து ரோட்டில்,
விழுந்து கிடந்தது,
கிடையாது!

காசுகளை,
வீணடித்து,
சுத்தி திரிந்ததில்லை!

பாட்டில்கள்,
வாங்க வரிசையாக,
நின்றதில்லை!

இருந்தும்,
போதையில் தான்,
போதை பழக்கத்தில் தான்,
அடிமையாக இருக்கிறேன்!

ஆனால்,
இப்போதெல்லாம்,
என்னால் போதையில்,
இருக்க முடியவில்லை!
போதை பழக்கத்திற்கும்,
ஈடுபட முடியவில்லை!

நீங்கள்,
நினைக்கலாம்,
போதை பழக்கம்,
உடல்நலத்திற்கு தீங்கு,
உண்டாக்குமே என்று!!

சரி தான்,

ஆனால்,
இந்த போதை,
பழக்கம் என்,
உடல்நலத்திற்கு,
ஆரோக்கியமானது!

எங்கும்,
தேடிப்பார்க்கிறேன்!
எனது போதைக்கான பொருள்!
எவரிடமும் இல்லை,
எவருக்கும் தெரியவுமில்லை!

எவருக்கு தெரியும்,
எனது போதைக்கான,
பொருள் அவள்,
கருவிழி என்று!

பாட்டிலில்,
திரவம் கொண்டு,
அடைக்கவில்லை!
கஞ்சா, புகையிலை,
கசக்கி காகிதத்தில்,
சுருட்டி மடிக்கவில்லை!

இருந்தும்,
போதை மட்டும்
குறையவே இல்லை!

எவருக்கும்,
கிடைக்காத போதை,
பொருள் அது!!
என்னவளின்,
கருவிழிகள்!

நாள் முழுவதும்,
நீரின்றி மிதக்கச்செய்யும்!
இறக்கையின்றி,
பறக்கச்செய்யும்!

அவளது கருவிழிகள்!

எவரேனும்,
அவள் கருவிழியை,
விட பெரும் போதை பொருள்,
இவ்வுலகில் ,
உண்டென்றால்,
நிருபித்துக்காட்டுங்கள் ,
போதை பொருள் இதோ என்று!!

போதை
 பழக்கம்,
கேடு என்பதற்கு தானா,
கருவிழி,
 பார்வையை,
என்மீது,
 பதிக்க மறுத்தாய்!
அன்பே!
 மனம்,
மீண்டும் மீண்டும்,
உன்னிடம் அடிமையாகிறது!
அடிமைப்படுத்தி விடு
விடுவித்துவிடாதே!!
பேரன்பே!
கரு விழியாளே!

ஒரு நாள் அவள் கண்களை பற்றி அவள் அழகை பற்றி
எழுதலாமே என்று காகிதத்தையும் பேனாவையும்
எடுத்தேன்.

நான்,
கவிதையால் ,
அலங்கரிக்க,
வேண்டும் என்று,
பேனாவை எடுத்து,
முதல் வரி தொடுத்தேன்.
அடுத்த,
வரிகளிலே,
மை தீர்ந்துபோய்விட்டது!
அடடா!,

**மை தீர்ந்தாய்,
விட்டதே என்று,
அவள் விழியை,
பார்க்கையில்,
அத்துனை,
மைகளும்,
கவிதைகளாய்,
அவளின்,
கருவிழி ஓரம்,
குடிக்கொண்டிருக்கிறது!!**

அவ்வளவு அழகாக இருக்கும் அவ கண்ணு. அத பார்க்குறதுக்காக என்ன வேணாலும் செய்யலாம்.

எனக்கு அப்படியே நியாபகம் இருக்கு ரங்கம்மாள். நான் அன்னைக்கு ஐய்யப்பன் கோவிலுக்கு மாலை போட்டிருந்தேன். ஒரு சில நாளிலே ஆன்மிக பாதயாத்திரை பயணம் தொடங்கியது. அந்த 48 நாட்கள் ஒரு நல்ல பக்தனாக இருக்க முயற்சித்தேன். பக்தனாகவும் இருந்தேன்.

நான் ஐந்து மலையேறி "வேண்டிய வேண்டுதல் எல்லாம் உன்னை தான்" ஆருயிரே.

சரி உனக்கு என்ன வேண்டும் என்று கேட்டேன். எனக்கு பொம்மை வேண்டும் என்றாய். அதற்கு நான் பொம்மையா? நீ விளையாடுவதற்கு தான் நான் இருக்கின்றேன், கிளி இருக்கு, என் வாழ்க்கை இருக்கிறது, நீ விளையாட. பிறகு ஏன் பொம்மை வேண்டும் என்கிறாய் என்றேன்.

அதற்கு வாங்கி தரமாட்டியா மதி என்று கேட்டாய்.

உனக்கு நான் வாங்காமல் வேறு யாரு வாங்கி தருவார். நானே நீ ஆசைப்பட்ட பொம்மையை வாங்கி வருகிறேன் என்றேன்.

பிறகு என்ன சாமி கும்பிட்டு மலை இறங்கி வரும் போது ஒவ்வொரு கடையாக ஏறி இறங்கினேன். என் அப்பா என்னடா கடை கடையா சுத்திட்டு இருக்க என்ன வாங்கனும் என்று கேட்டார். நான் பொம்மை வேண்டும் என்றேன். பொம்மையா, பொம்மையெல்லாம் அந்த பக்கம் தான்

கிடைக்கும் அங்க வா வாங்கிக்கொள்ளலாம் என்றார். சரி வாங்க என்று ஒரு கூட்டமாக சென்றோம்,ஒரு பொம்மைக்காக.

வேகமாக நடந்த என் அன்புக்குரிய அப்பா திடிரென நின்று ஆமா மதி யாருக்கு பொம்மை வாங்க போகிறாய் என்றார்.

அவ்வளவு தான் சோலி முடிஞ்சு. என்னத்த சொல்ல. நமக்கு இருக்கிற ஒரே ஜீவன் நம்ம பசங்கதான். உடனே அப்துல் வாங்கிட்டு வர சொன்னான் அப்பா அதான் என்றேன்.

என் அப்பா சரி வாடா நல்ல பொம்மையா வாங்குவோம் என்று கடைக்கு போயி வாங்கியும் கொடுத்தார்.

அதை என் அழகு ரங்கம்மாளிடம் கொடுத்துவிட்டேன். நீ அதை வைத்து விளையாடுவாய். பொம்மையிடம் பேசி மகிழ்வாய்.

ரங்கம்மா அந்த பொம்மை இன்னும் உன்னிடத்தில் தானே இருக்கு, நல்லா பாத்துக்கிறாயா? ஏன் கேட்கின்றனா என்மேல் உள்ள கோவத்துல என்ன தூக்கி எறிந்த மாறி அந்த பொம்மையை எறியவில்லை தானே அன்பே!

நியாபகம் உள்ளதா?

**அன்பே
நீ மறக்கலாம்,
நானும்
மறக்கலாம்,**

**நம் ,
பிம்பம்,
பதிந்த,
கண்ணாடி,
 ம(றை)றக்குமா?**

**குறும்பு ,
நிறைந்த,
சிரிப்போடு,
சேர்ந்திருந்தோமே!..**

நாம்,
நெருங்கும்,
போதெல்லாம்,
கரைந்து போனோமே!..

தொல்லைகள்,
செய்த இம்சைகளுக்குள்,
தொலைந்து போனோமே!..

போடாத,
சண்டைகளாம்,
போட்டு தீர்த்தோமே!..

எதிர்காலத்தை,
பற்றி எதிரெதிரே,
இருந்து பேசிகொண்டோமே!...

கண்ணீர்,
சிறு புன்னகை,
இரண்டும் சேர்ந்தே,
வழிந்ததே......

வார்த்தைகள்,
கூட சதிசெய்தது,
சதிகாரியின் முன்னே!...

எத்தனை,
அழகான காட்சிகள்!
எத்தனை,
அழகான நினைவுகள்!

அத்தனையும்,
நீ மறக்கலாம்,
நம்,
பிம்பங்கள்,
பதிந்த,
கண்ணாடி மறப்பதில்லை.

என் ஆத்ம உயிரே.....

உன்னை
பார்க்கும் போதெல்லாம்
இதயத்தில் நில நடுக்கம்!!

அப்பொழுதெல்லாம்
உன்னை அதிகமாக விரும்பினேன்!!
நீ விரும்பாத நொடியிலும்!!

பருவநிலை,
மாறும் தருணத்தில்,
உன் இதய நிலையும்,
மாறியது காதலாக!!

இதய,
ஒப்புதலோடு,
மாற்றிக்கொண்டோம்!!
நீயின்றி,
நான் இல்லை,
என்று துதிப்பாடிக்கொண்டோம்!!

இம்சையான,
தருணங்களை,
இன்பமாக நகர்தினேன்!!

புரிதல்,
இல்லாத,
அதீத காதல்,
இருந்தும் என்ன பயன்!!

புரிதல்,
இல்லாமல்,
பிரிவதற்கா,
காதல் செய்தோம்!!

நீ,
வேண்டாம்,
என்ற போதெல்லாம்,

இருந்தும்

இறக்கின்றேன்!!

தொடர்ந்து,
பேசிய தொலைபேசி,
தொடர்பு எல்லைக்கு,
வெளியே உள்ளதை கண்டு,

இருந்தும்,
இறக்கின்றேன்!!

நாம் இருந்த,
பொழுதெல்லாம்,
நீ மறந்த போது,

இருந்தும்,
இறக்கின்றேன்!!

நம்ப,
முடியவில்லை!
எனக்கு,
நம்பிக்கை,
கொடுத்தவள் இவளா என்று?!!

புரிந்துக்கொள்,
பிரிவதற்காக,
தொடங்கவில்லை,
என் பிரியங்கள்!

என்,
முதலும் நீ!
என்,
முடிவும் நீ!

விரும்பிய,
இருவருமே,
விலகி இருந்தால்,
நெருங்கிய நம் மனம்,
என்னாகுமோ?

பேசி,

சிரித்த நாட்கள்,
காற்றோடு கலக்க!!
சிறு சண்டையில்,
உதிர்த்த,
வார்த்தைகள்,
கல்வெட்டாக பதிந்தது,
என் விதியோ?

மறக்க,
வேண்டியதை,
நினைக்க துடிக்கும்,
மனம் ஏனோ?
நினைக்க
வேண்டிய நிகழ்வை,
நினைக்க மறுக்கிறது!!

இணைந்த,
நாட்கள் இதயத்தோடு,
இணைந்திருப்பதால்,
பிரிவை ,
என்னோடு,
இணைக்கமுடியவில்லை!!

விலக,
ஆயிரம்,
காரணங்கள் ,
தேடிய நாம்,
இணைய,
ஒரு காரணம் கூட,
தேடவில்லை என்பதே,
இங்கு வேடிக்கை !!

நடந்தவை,
கனவாக இருந்திருந்தால்,
என் நினைவில் கூட,
இருந்திருக்காது!!

நிலவின்,
நிழல் தான்,
ஆற்றில் படுமாம்!!

அது,
போல தான்,
பலரின் காதல்!!
நம்மீது விழுவது,
காதல் தான் என்று,
நினைத்திருந்த வேளையில்,
விழுவது காதல் இல்லை,
காயம் என்று உணர்த்திவிடுகிறது!!

"என்னோடு நீ இருந்தால்"
இமையாக நான் இருப்பேன்!!

"என்னோடு நீ இருந்தால்"
உணர்வோடு கலந்திருப்பேன்!!

"என்னோடு நீ இருந்தால் "
உயிராக மலர்ந்திருப்பேன்!!

"என்னோடு நீ இருந்தால் "
உலகத்தில் உயர்ந்திருப்பேன்!!

"என்னோடு நீ இருந்தால் "
விழியின் வழியாக நான் இருப்பேன்!!

"என்னோடு நீ இருந்தால் "
மருந்தாக நான் இருப்பேன்!!

"என்னோடு நீ இருந்தால் "
உயிரோடு நான் இருப்பேன்!!

சின்ன சின்ன சண்டைகள் நமக்குள்ள அதிகமாக அடுத்தவர்களாக வர ஆரம்பித்தது.யாருனால சண்டை வந்தாலும் நாம உடனே சேர்ந்துடுவோம். நீ என்கிட்ட உன் சந்தோஷத்திற்காக நிறையா பொய்கள் சொல்ல ஆரம்பித்தாய். எனக்கு தெரிந்தும் அதை பெரும் அளவில் கண்டுக்கொள்ளவில்லை. அப்படியே போய்க்கொண்டு இருந்த வேலையில், தெரிந்தோ தெரியாமலோ நீ செய்த பெருந்தவறு ஒன்றை நேரடியாகவே தெரியவந்தது எனக்கு.

அதை வலி இதுவரை எனக்கு இருந்ததே இல்லை. முதல் தவறையும், இரண்டாவது தவறையும் நீ உணர்ந்தாய். எனக்கு தெரியும் ரங்கம்மாள் இது நீ அறியாமல் செய்த தவறு என்று தானு. நீ அவ்வாறு செய்கின்ற நபர்கிடையாது.அப்படி தான் நான் இதுவரையிலும் நம்பிக்கொண்டு இருக்கிறேன்.

அந்த தவறினை "மன்னிக்க" தெரிந்த எனக்கு அதை "மறக்க" தெரியவில்லை.மறக்கவும் முடியாமல் மனதை அரித்துக்கொண்டிருந்த நெருப்பு உன்னையும் சில நேரங்களில் எரிக்க ஆரம்பித்தது. நான் என்ன செய்வது சிறந்த காதலனாக இருந்தாலும் நானும் கேவலம் மனுஷன் தானே. உன்ன ரொம்ம கஷ்டப்படுத்திட்டேன். என்னை மன்னிச்சிரு ரங்கம்மாள். நீ செய்த தவறை விட நீ ஏன் இந்த தவறை செய்தாய் என்று சுட்டிக்காட்டியதே என் பெரும் தவறு ரங்கம்மாள். இதை தவிர என் காதலில் எந்த ஒரு தவறும் செய்ததில்லை.

நீ மட்டும் தவறு செய்யவில்லை. நேரங்களும் தவறு செய்தது. பிரச்சினையில் இருக்கும் போது இன்னும் நிறைய பிரச்சினை வருமுனு சொல்லுவாங்க எனக்கும் அப்படி தான் வந்துச்சு. நாம் போட்ட சண்டைகள் எல்லாம் அந்தையம்மாளிடம் சொல்லி புலம்புவேன். ஆனால் அந்தையம்மாளும் அந்த நேரத்தில் ஒன்று சொன்னால் மதி, ரங்கம்மாள் முன்ன மாறி இல்லை. நான் போன் செய்தாலும் எடுப்பதில்லை. எப்போ பாரு பிசி பிசி என்றே நான் போன் செய்தால் வருகின்றது. நான் உன்னுடன் தான் பேசிகிறாள் என்று நினைத்தேன். அவள் உன்னிடத்திலும் பேச வில்லை என்றால் வேறு யாரிடம் பேசிகிறாள் என்று ஒரு புது பிரச்சினைகளை கிளப்பிவிட்டு சென்று விட்டாள்.

எல்லாமே உனக்கு எதிராக இருத்தால் நான் என்ன செய்வேன் அதுவும் உன் தோழியே இருந்தால். அத்தனை கஷ்டங்களையும் உள்ளுக்குள்ளே வைத்து கஷ்டப்பட ஆரம்பித்தேன். முதலில் தவறை உணர்ந்து மன்னிப்பு கேட்ட நீயே, யாரால் தவறு நிகழ்ந்ததோ அவர்களுக்காகவே என்னை காயப்படுத்தவும் விட்டுக்கொடுக்கவும் ஆரம்பித்தாய்.

சின்ன,சின்ன,
விஷயங்களுக்கு,

உறவுகளில்,
சந்தேகப்பட ஆரம்பித்தால்,
இங்கு,
யாருமே,
நல்லவராக,
தெரியமாட்டார்கள்!

இந்த பிரச்சனையில் தான் நமக்குள்ள அடிக்கடி சண்டைகள் வர ஆரம்பித்தது. எனக்கு நல்லா நியாபகம் இருக்கு இந்த சண்டைனால தான் ஒரு உயிரே போச்சு. அன்னைக்கு மட்டும் நம்ம சண்டை போடாமல் இருந்திருந்தால் நீ என்ன ப்ளாக் பண்ணாம இருந்திருந்தால் இங்க ஒரு உயிர் போகாம இருந்துருக்கும் நான் காப்பாத்திருக்கலாம். என்னால அந்த சம்பவத்துல இருந்து வெளிவர முடியல ரங்கம்மாள்.

எனக்கு மிகவும் நெருக்கமான நபர். என் தாய்க்கு நிகரானவரும் கூட. அவங்க பெயர் திரு . எனக்கு எல்லாமே அவருதான்.ஒன்னா தான் இருப்போம். அவரு நடந்து வந்தாலே கம்பீரமா இருக்கும்.ஊரே பயப்படும்.அடுத்த நாள் அவருக்கு பிறந்த நாள்,அதுக்கு முன் தினம் தான் என்னை தோல் மேல வச்சுக்கிட்டு வீட்டை சுத்தி ஓடி விளையாடினார். என்னால இன்னும் மறக்க முடியவில்லை அவரு அன்னைக்கு சொன்னது.டீ போட்டு வந்து அவரே என்னிடம் கொடுத்தாரு அதுவும் உறிஞ்சி டம்ளரில். பார்த்தவங்க மதி என்ன சின்ன பையனா உறிஞ்சி டம்ளரில் கொடுக்குறீங்கனு கேட்க என் மதி எனக்கு இன்னும் குழந்தை தான் சொன்னது இப்போ கூட அப்படியே கண்ணுக்குள்ளே நிக்குது.

அடுத்த நாள் விடிஞ்சு அவரு வேலைக்கு போய்டாரு. அப்போ தான் உனக்கும் எனக்கும் சண்டை ரங்கம்மாள். திரு அவங்க வேலைக்கு போயிட்டு அப்பதான் வந்தாங்க. என்னை பார்த்து மதி வீடு வரை வந்துட்டு போனு சொன்னாங்க.அதான் அவரு என்னிடம் பேசுன கடைசி வார்த்தை. அவரு கூப்பிட்ட அப்போவே நான் அவங்க வீட்டுக்கு போயிருந்தால் இந்நேரம் அவர நான் கண்டிப்பாக காப்பாத்திருப்பேன். ஆனால் அன்னைக்கு தான் நீ என்ன ப்ளாக் பண்ண. உன் மேல கோவத்துல அவரு சொன்னத கூட காதுல வாங்காம உன்னிடம் பேசுவதற்காக போன் வாங்க தம்பி வீட்டிற்கு சென்று விட்டேன். அங்கு சென்று ஒரு நிமிடம் கூட ஆகவில்லை. எல்லாரும் திரு அவர்களின் வீட்டை

நோக்கி ஓடினார்கள். நானும் பயந்துக்கொண்டே ஓடி வந்தேன். திரு அவர்கள் அவரின் வீட்டில் துடித்து கொண்டு உருண்டு கொண்டிருந்தார்.
எனக்கு என்ன செய்வதென்றே தெரியவில்லை. அன்றைக்கு தான் வலி என்றால் என்னவென்று உணர்ந்தேன்.

கண்ணில் கடல்நீராக பொங்கி வழிய ஆரம்பித்தது. சுற்றி வேடிக்கை பார்த்துக்கொண்டிருந்தனர். வேதனை ஒரு பக்கம் இருந்தாலும் வேகத்தோடு அவரை தூக்கிக்கொண்டு அருகில் உள்ள அரசு மருத்துவமனைக்கு காரில் கொண்டு சென்றேன்.இரண்டு மணி நேர போராட்டத்திற்கு பின் இங்கு பார்க்க முடியாது தனியார் மருத்துவமனைக்கு அழைத்துச் செல்லுங்கள். அப்படி அழைத்து சென்றாலும் உயிர் பிழைக்க கஷ்டம் என்று மருத்துவர் சொல்லிவிட்டு கிளம்பி விட்டார்.

எனக்கு அனைத்தும் கண்முன்னே வந்து சென்றது. அந்த சிரித்த முகம் எப்படி என் கண்களை விட்டு அகலும். உடனே 108 ஆம்புலன்ஸை வரவழைத்து தனியார் மருத்துவமனைக்கு அழைத்து சென்றோம்.

என்னால் அவரை அந்த நிலைமையில் பார்க்க முடியவில்லை. நான் செய்த நல்லவை, தானம், தர்மம், எதாவது கை கொடுக்கவேண்டும் என்று கடவுளை வேண்டினேன்.ஆனால் எதுவும் கைக்கொடுக்கவில்லை.நான் தான் துடித்துக்கொண்டிருந்த அவரின் கைகளுக்குள் கை கொண்டு இறுக்கி பிடித்துக்கொண்டேன். இந்த நிலைமை எதிரிகளுக்கு கூட வரக்கூடாது. கடைசி வரை அவருகூட தான் இருந்தேன். கண்ணீரும் வத்திப்போனது.

மருத்துவமனையும் வந்தது, அவரை அங்கே சேர்த்ததும் கொஞ்சம் கஷ்டம் தான் ஆனால் காப்பாற்றி விடலாம் என்று மருத்துவர் கூறினார். அப்போதான் மனதிற்கு சிறு நிம்மதியாக இருந்தது.

எனக்கு நல்லா நியாபகம் இருக்கு ரங்கம்மாள், அன்றைக்கு உன்னிடம் சொன்னேன். திரு அவர்கள் உயிருக்கு போராடிக்கொண்டு இருக்கிறார் நான் அங்கு தான் இருக்கிறேன் என்றேன். அதற்கு நீ சொன்னாய் ஏன் மதி பொய் சொல்கிறாய். எதாவது நமக்குள்ள பிரச்சினை என்றால் ஏன் இப்படி கதை சொல்லி பேசனும் நினைக்கிறாய்

என்று புரியாமலே பேசினாய். எனக்கு மிகுந்த வேதனையாகவே இருந்தது. நீ நம்பவே இல்லை.

இரண்டு நாளாய் மருத்துவமனையிலே இருந்தேன்.குணமடைந்துக் கொண்டே இருக்கிறார் என்று மருத்துவர்களும் ஆறுதலாய் வார்த்தைகளை உதிர்த்தனர். நானும் வீடு திரும்பினேன். இரண்டு நாள் ஒழுங்கா சாப்பிடவில்லை தூங்கவில்லை, உன்னிடத்தில் இருந்து எந்த ஒரு அழைப்பும் வரவில்லை ஆறுதலும் வரவில்லை. சோர்வினால் தூங்க ஆரம்பித்தேன். இரவு 2மணி அளவில் என் தந்தை தொலைபேசியில் அழைத்தார். அப்போதே புரிந்தது திரு அவர்களுக்கு ஏதோ ஆயிருச்சுனு. நான் என்ன அப்பா என்று கேட்டேன். திரு இறந்துவிட்டான் மதி என்று அழுக ஆரம்பித்தார். என்னால் அதை ஏற்கவே முடியவில்லை. இப்போ வரை அது கனவாக இருந்திடக்கூடாத என்று மனம் ஏங்குகின்றது.

அவர் இறந்த விஷயம் அறிந்த பிறகு தான் ரங்கம்மாள் நீ என்னை நம்பினாய். நான் சொன்னது உண்மை என்று. எனக்கு எவ்வளவு வலித்திருக்கும். யாரோ மூன்றாவது நபரை போல் மதி என்னை மன்னித்துவிடு, வீட்டில் எல்லாரையும் பார்த்துக்கோ, என்று எல்லோரையும் சொல்லிவிட்டு நீ கிளம்பிவிட்டாய். நன்றாக யோசித்து பார் இதே நிலைமையில் நீ இருந்திருந்தால் நான் இவ்வாறு நடந்திருப்பேனா?.

அவரின் இறுதி சடங்கிற்கு அலைபோல் கூட்டம் திரண்டு வந்தது. அந்த அளவிற்கு பழக்கம். இறுதி சடங்கு எல்லாம் முடிஞ்சு,எல்லாரும் திரு ஏதோ மனசுல வச்சுதான் இதெல்லாம் பண்ணிருக்காங்க,திரு கொஞ்ச நாளாவே சரி இல்ல மதி உனக்கு தெரியும் சொல் என்றனர். நான் தெரிந்தால் தான் சொல்லிருப்பேனே, எனக்கு தெரிந்திருந்தால் இந்த நிலையே வந்திருக்காதே நான் என் செய்வேன்.

பிரிவு,
உறுதி,
செய்யப்பட்ட,
பிரம்ம சுவடி!!

அது,
என்றோ,
ஒருநாள்,
எல்லாரிடமும்,
வந்துசேரும்!!

பேசிய,
வார்த்தைகள்,
காத்தோடு காத்தாக,
மறைந்து போகும்!!..

அன்பு,
அடியோடு,
அழிந்து போகும்!!..

புரிதல்,
புதைந்து,
போகும்!!..

நம்,
கண்ட,
சிரிப்புகள்,
சிதைந்து போகும்!! ..

இதயங்கள்,
நொறுங்கி போகும்!!..

மாற்றங்கள்,
வந்தடையும்!!..

என்,
கண்ணெதிரே,
அனைத்து காதலும்,
பிம்பங்கள் மறைந்து போகும்!!..

அந்த ஒரு நாள்....

பிரிவை,
கண்டு அஞ்சினேன்!!

உயிர்,
பிரிவை,
அல்ல!!

உன்,
உறவின்,
பிரிவை !!..

உறவை,
பிரிய,
மனமில்லை !

ஆதலால்

உயிரை,
விட்டு,
பிரிகிறேன்,
என்று எங்களை,
விட்டு பிரிந்து சென்றீர்களா?

அகத்தின் ,
அழகு முகத்தில்,
தெரியும் என்பார்கள்.
ஆனால் ,
பலரின் அகம்,
கதறிக்கொண்டிருக்கும்,
வேளையில் ,
அவர்களின் முகம் ,
சிரித்துக் கொண்டிருக்கும்.

வெளியே,
சந்தோஷமாக,
புன்னகைகளுடன் ,
இருக்கும் உள்ளங்கள்,
அனைத்தும்,
உள்ளே உடைந்த,
கண்ணாடி போன்று, சிதறிப்போயிதான் கிடக்கும்.

ஆண்கள்,
வலிகளை ,

மறைத்து உதட்டில்,
சிரிப்பை விதைக்க,
தெரிந்தவன் என்பதினாலோ,
அவர்களின் வலி,
இங்கு யாருக்கும்,
தெரிவதில்லை!.

அன்பால்,
முதலில் தோற்கிறான்!
ஆசைப்பட்டவர்களகிடம்,
அவமானப்படுகிறான்!
இன்பம்,
அனைத்தும் துன்பமாகிறது!
உறவுகள்,
மத்தியில் உடைகிறான்!
ஊமையாகிறது,
உணர்வுகள்!
வலிக்கு,
சிரிப்பை மருந்தாய்,
கொடுக்கின்றான்!
இருந்தும் இறக்கிறான்....

வாழ்க்கை,
துணையும் துணையில்லாத,
பொழுதில் பயனற்றுப் போகிறது,
வாழ்க்கை என்று,
உறவை பிரிய,
மனமில்லாமல் ,
உயிரை விட்டு பிரிகிறான்!.

இருக்கும் ,
போது கண்டுக்கொள்ளாமல்,
போன பிறகு,
அழுது என்ன புரோஜனம்!

☆உண்மை சொல் சந்தோஷமா இருக்கியா? என்று கேட்கும்
உறவு வரமே...
☆மனம் விட்டு பேசுங்கள்.பேசி தீர்க்க முடியாத
பிரச்சினையே இங்கு இல்லை. ஆனால் யாரும் இங்க
பேசதான் மாட்டேங்கின்றோம்.

☆யாருக்கும் பண உதவிகூட செய்யவேண்டாம் மன உதவி செய்யுங்கள். மனம் விட்டு பேசுங்கள். இங்கு பலரும் காப்பாற்ற படுவார்கள்.

☆இழந்தவர்களுக்கு மட்டுமே தெரியும் கையில் இருந்தது கல் இல்லை வைரம் என்று.

☆அன்பை அலட்சியப்படுத்துவதால் இங்கு பல கல்லறைகள் உருவாகிறது..

அகத்திடன் அகம்விட்டு பேசுங்கள்... அகம் அழுகாமலிருக்கும்,அழியாமல் இருக்கும்.

இங்கு பலரின் பெரும் மன பிரச்னையாக காதல் தான் உள்ளது.

உண்மையா காதல் செய்தோம் ஆனால் விட்டுப் போய்டாங்க. அவங்க காதல் தவிர வேற எதிர் பார்த்தாங்க கிடைக்கலைனு போய்டாங்க. அவங்க வீட்டுல பிரச்னை ஆயிருச்சு அதனால் அவங்க விட்டு போய்டாங்கனு இங்க பலரின் வார்த்தைகளாக இருக்கு.

☆காதல் என்பது பொதுவான உணர்வு. அது எல்லா உயிர்களுக்கும் தோன்றும்.

☆அது நாம எவ்வளவு சண்டை போட்டால் வேண்டாம் என்று தள்ளினாலும் விலகி நிற்குமே தவிர விட்டு செல்லாது. விட்டு செல்ல நினைத்தால் அது காதலாக இருக்காது.

☆இங்கு பிரிதலுக்கு முக்கிய காரணம் புரிதல் இல்லாமை தான். அன்பை காட்டிலும் புரிதலே அவசியம்.

☆சாதி, மதம் காரணங்களை காட்டி விட்டு சென்றால் அது காதல் ஆக இருக்கவாய்பே கிடையாது. ஏனென்றால் உங்களை விரும்பினால் காதல் சொல்லும்போது பலவிதத்தில் யோசித்து தான் முடிவுகளை எடுத்து உங்களிடம் காதலை சொல்லிருப்பாங்க.

☆காதல் காரணங்களை தேடாது.

☆ஆனால் இங்கு ஏதோ ஒரு விதத்தில் காதல் தேவைப்படுகிறது. அவர்களின் தேவை முடிந்ததும் காதல் மறைகின்றது. இதில் சிக்கி கொள்கிறது பலரின் மனம்

☆சிலர் பார்வைக்கு காதல் ஒரு கருவியாக தான் இருக்கிறது.

☆சந்தேக படுகிறான் என்பதை விட சந்தேகபடும் படி நான் நடந்துகொண்டேன் என்பது தான் சரி. யாருமே காரணம் இன்றி சந்தேக படமாட்டாங்க.

☆பிடித்தவங்களுக்காக மாத்திக்கொள்வது தவறு இல்லை. ஆனால் நீயா நானா? என்று வரும்போது தான் பிரச்சினை தொடங்குகின்றது.

☆முடிந்தவரை உண்மையை பேசுங்கள் காதலில். உங்களுக்கிடையே யாரையும் வரவிடவேண்டாம்.

☆உடலை தவிர்த்து அன்போடு உறவாடுங்கள். நம்பிக்கை வையுங்கள். நம்பிக்கை உடைத்தால் உடைவது நம்பிக்கை மட்டும் இல்லை காதலை சுமக்கும் மனதும் தான்.

☆காதலன் காதலி யாராக இருந்தாலும் வேற நபர்களிடம் பேசும்போது கோவங்களும் சண்டைகளும் தான் அதிகம் வரும்.

☆காரணம் காட்டி விட்டு போனவங்கள நினைச்சு வருத்தப்படாதீங்க. ஏனா உங்கள காதலிச்சா விட்டு போயிருக்க மாட்டாங்க. அதுனால சந்தோஷமா இருங்க.உண்மையா இருந்தா வருத்தப்படலாம்.

☆சண்டை வந்த பேசி பாருங்க, இல்ல அவங்களுக்கு நேரம் கொடுங்க அதை விட்டு தொந்தரவு செய்யாதீங்க. உங்களுக்கானது எங்கையும் போகாது. அது எப்படியும் உங்கள வந்தே தீரும்.

☆எங்க சண்டையும் பிரச்னையும் அதிகமா இருக்கோ அங்க தான் உண்மையான காதல் இருக்கு. ஏனா பொய்யா இருந்தா போட்ட சண்டைக்கு அப்பவே போய்ருப்பாங்க.

☆இதை எல்லாம் புரிந்தாலே காதலுக்கு பிரிவே இல்லை.

எனக்கு ஆறுதலாய் கூட நீ இல்லை. அந்த நேரங்கள் நாட்கள் தான் என் வாழ்க்கையில மோசமான தருணங்கள்.நீ என்கூட இருக்க என்னை இந்த துக்கத்தில் இருந்து மீட்டு கொண்டு வந்துருவணு உன்ன. ரொம்ப நம்பினேன் ரங்கம்மாள். ஆனால் நீ அப்போ கூட என்னிடம் சண்டை போட்டுட்டு தான் இருந்தாய்.

கொஞ்ச நாள் அப்படியே போயிருச்சு. ஆனால் என்னால அதில் இருந்து மீண்டு வரவே முடியவில்லை இப்போ வரை.

காதலிக்கும் போது கொண்டு வந்த அதே பிரச்சினையை திரும்பவும் கொண்டுவந்தாய். ஏற்கனவே இந்த பிரச்சனை வந்த பொழுது உண்மையை நிரூபித்த போதும் திரும்ப ஆரம்பித்து என்னை வலி நிறைய செய்தாய்.

ரங்கம்மாள் என்னிடம் கேட்ட கேள்வி மதி நீ என்னை விட ஒரு வயது மூத்தவன் என்றாய், உன் நண்பர்களும் அதே தான் சொல்கிறார்கள்.ஆனால் என் தோழிகள் நம் இருவருக்கும் ஒரே வயது தான் என்கிறார்கள். மதி என்னை நீ ஏமாற்றுகிறாயா? என்றாய்.

எனக்கு கோபம் கொப்பளிக்க ஆரம்பித்தது. ஆனால் அதை வெளிக்காட்டவே இல்லை. இதற்கு முன் இதே மாறி வந்த பிரச்சினையில் நான் அனைத்தையும் நிரூப்பித்து விட்டேன். என் பழைய சான்றிதழை காண்பித்துள்ளேன். என் நேரம் ஏதோ பிரச்சனையினால் என் புதிய மாற்றிய சான்றிதழில் பிறந்த தேதி மாற்றப்பட்டது. அதுவும் எனக்கு வினையானது. நான் ரங்கம்மாளை ஏமாற்றிவிட்டதாக நினைத்துவிட்டாள்.

பிறகு ரங்கம்மாள் உன் பழைய சான்றிதழை அனுப்பு என்றாய். நான் எங்கு சென்று அனுப்புவேன். எல்லா நிலைமையும் அவளுக்கு தெரியும். வீட்டில் எல்லோரும் எப்படி இருக்கிறார்கள் என்று தெரியும். நானும் சோகத்தில் மட்டும் அல்ல உடல்நிலை சரியில்லாமல் இருப்பதும் தெரியும் தெரிந்தே இப்படி அனுப்பு என்று கேட்டா யாருக்கு தான் கோபம் வராது. அதுவும் ஏற்கனவே நிரூப்பித்த ஒன்றை திரும்ப நிரூப்பி என்றால் கோபம் தான் வரும். அதற்கு பின் நான் எதுவும் பேசவில்லை. ஏனென்றால் அவளே என்னிடம் பேசாதே நிரூப்பித்து என்னுடன் பேசு என்றாள்.

ஆறுதலாய் இருக்க வேண்டியவளே வேதனையை அள்ளித் தருகிறாளே என்று கோபத்தில் நானும் இருந்துவிட்டேன்.

இந்நிலையில் வரிசையாக வீட்டில் பிரச்சினைகள்,வீட்டில் உள்ள நபர்களுக்கு எல்லோருக்கும் உடல்நிலை சரியில்லை. ரங்கம்மா உனக்கும் தகவல்களும் அனுப்பினேன். ஆனால் எல்லாம் அறிந்த பிறகும் என்னிடம் பேசவில்லை. எனக்கு துணையாகவும் நிற்கவில்லை. இருந்தாலும் உன் மீது உள்ள அன்பு மட்டும் குறையவே இல்லை ரங்கம்மாள். உண்மையாவே உன்மேல கோவம், எல்லாம் தெரிஞ்சு புரியாமல் பண்ணுறாளு தான் நான் அப்போ உன்னிடம் பேசாமல் நீ கேட்டதற்கு அனுப்பாமல் இருந்தேன். நீயே என்னிடம் பேசிடுவாய் பிறகு அனுப்பிவிடலாம் என்று தான் இருந்தேன். ஆனால் நீ எதையுமே புரிந்துக்கொள்ளவில்லை.

கொஞ்சி,
சிரித்தாயேடி,
என் பைந்தமிழ் கிளியே!!

இன்று,
என் கெஞ்சலை,
கூட கேட்க மறுத்தாயே,
என் பைந்தமிழ் கிளியே!!

நொடிக்கு,
நொடி கேட்டறிவாயே,
நீ "நலமா" என்று!!
எத்தனை,
முறை கேட்டறிவாய்,
என்று நகைப்பாடுவதுண்டு நான்!!

இன்று,
நலமற்று,
அகதியை போல,
வலம் வருகிறேன்,
உன் நினைவலைக்குள்,
கேட்டறிய,
துடிக்கும் நீயோ,
கேட்டறிய மறந்தாயோ,
நீ "நலமா" என்று!!

செல்ல,
சண்டை போட்டதுண்டு!!
சின்ன,
சண்டை போட்டதுண்டு!!
இதில்
எந்த சண்டை திகடியது
என்று தெரியவில்லையே
என் தீரா காதலியே!!

நோய்க்கான,
எந்த அறிகுறியும்,
எனக்கில்லை!!
ஆனால்,
ஆட்கொல்லி நோய்,

என்னை ஆட்டிப்படைக்கிறது!!
இரவிலும்!!
தொடர் பகலிலும்!!

ஏன்?
எதற்கு?
என்னாச்சு?
என்று வினாவும்,
அறியாமல் விடையும்,
தெரியாமல் விதிப்பயனற்று,
போகிறேன் என்னவளே!!

இருக்கும்,
போது உணரவில்லை !!
என்பதாலோ என்னவோ,
உணரவைக்க,
பிரிந்து சென்றாயோ!!
"என் அழகியே"

உண்மையான,
காதல் எப்படியும்,
திரும்பி வரும் என்பார்கள்!!
அந்த,
உண்மையை
உணரச் செய்வாய் அன்பே!!

உன் தோழி அந்தையம்மாள் தான் அடிக்கடி பேசினாள். ஆனால் நீ பிரிவதற்கு அவள் ஒரு காரணம் என்று நினைக்கும் போது தான் வேதனையாக இருக்கிறது.

ரங்கம்மா நீ என்னிடம் பேசாமல் ஒரு மாதமாக இருந்தாய். அப்போது நீயும் அந்த பிரிவை தாங்கமுடியாமல் உன் தோழியிடம் பேசினாய், மதி இன்னும் பேசவே இல்லை என்று. ஆனால் இந்த விடயத்தையே அந்தையம்மாள் என்னிடம் மறைத்துவிட்டாள். ஒரு மாதம் கழித்து மறந்துவிட்டேன் மதி அதான் இப்போ சொல்கிறேன், நீயும் ரங்கம்மாளும் சண்டையிட்ட நாட்களை நினைத்து வருந்தினாள், நீ பேசுவாய் என்று எதிர் பார்த்தால் நான் தான் உன்னிடம் சொல்ல மறந்தேன் என்றார்.

எது உண்மை,எது பொய் என்றே தெரியவில்லை. உனக்கு அந்தையம்மாளிடம் நான் பேசுவது பிடிக்காது. அது ஏன் என்று தெரியாது, ஆனால் நமக்கிடையே ஆட்கள் வந்தால் பிரிந்துவிடுவோம் என்று முன்பே அறிந்து தான் பேசவேண்டாம் என்றாயோ!. அந்தையம்மாளும் சொல்லுவாள் ரங்கம்மாளுக்கு நான் உன்னிடம் பேசுவது பிடிக்காது என்று

எனக்கு அப்பொழுதுலாம் ஏதுவும் புரியாது. அந்தையம்மாள் நம்மிடம் அன்பு கொண்டிருக்கிறார், நானும் அன்பு வைத்திருக்கிறேன் என்று உனக்கு தெரியாமலே அந்தையம்மாளிடம் பேசினேன். அனைத்தையும் பகிர்ந்தேன். அந்தையம்மாளுக்கு எல்லா உண்மை நிலையும் தெரியும் ஆனால் உன்னிடம் எடுத்து சொல்லாதது ஏன்? என்று தான் விளங்கவில்லை.

அப்புறம் கொஞ்சம் கொஞ்சம் ரங்கம்மா நீ என்னிடம் பேச ஆரம்பித்தாய். நல்லா நியாபகம் இருக்கிறது. "உன்னை விட்டு நான் எங்கே போவேன் மதி, எங்கே போனாலும் உன்னிடம் தானே வருகிறேன் என்றாய்.

புதியதாக ஆரம்பிப்போம், நம் காதலை புதுப்பிப்போம் என்றாய். என்ன ஆனாலும் என்னால மதி உன்ன கஷ்டப்படுத்த முடியல கஷ்டப்படுத்தவும் மாட்டேன் என்று என்னிடம் அன்பு முத்தங்களோடு கூறினாய்.

புது வருடத்தின் அவளின் வாழ்த்துக்களோடு எனது வாழ்க்கையும் தொடங்கியது.அடிக்கடி விவாதம் நடக்கும் அப்போ கூட மதி உன்ன என்னால கஷ்டப்படுத்த முடியாது, மன்னிச்சிரு உன்கூட நான் பொம்மையாவே வாழ்ந்துவிடுகிறேன் என்றாய்.எனக்கு ஒன்னுமே புரியல நீ ஏன் அடிக்கடி குழம்புகிறாய் என்று. திடிரென மொபைலில் ப்ளாக் செய்துவிட்டாய்,நான் என்ன ஏது செய்வதென்று புரியாமல் எல்லா நம்பரில் இருந்து உனக்கு போன் செய்ய ஆரம்பித்தேன். அது தான் நான் செய்த மிகப் பெரிய தவறு. நான் அப்படி பண்ணிருக்க கூடாது. கொஞ்சம் பொறுமையாக இருந்துருக்கலாம்.

அன்றைக்கு இரவு அந்தையம்மாள் போன் செய்தால்.அந்தையம்மாளோ கவலைப்படாதே மதி எல்லாம் சரி ஆயிரும்.ரங்கம்மாள் ஏன் இப்படி பண்ணுறாணு தெரியல

மதி. நீ இப்படி புலம்பாமல் வேலைக்கு போ. அவளுக்காக அப்போ நீ வேலைக்கு போறது அவளுக்கு தெரியவந்தால் கண்டிப்பாக உன்னிடம் வருவாள். அவள் பேசாமல் இருப்பதற்கு இது தான் காரணமாக இருக்கும்.அவளால் நீ இல்லாமல் இருக்க முடியாது நீ வேலைக்கு போ என்று நம்பிக்கை கொடுத்தால் அந்தையம்மாள்.

அந்தையம்மாள் நம் நல்லதற்காக தான் சொல்கிறார் என்று நினைத்து ஒரு இரு நாட்களிலே நான் வேலை தேடி சென்னைக்கு புறப்பட்டேன். எனக்கு தெரியும் அந்தையம்மாள் ரங்கம்மாளும் நானும் இதை பற்றி நிறைய தடவை பேசிருக்கோம். அவ நமக்குனு என்ன பண்ணிருக்க வேலைக்கு போயிருக்கியா? அப்புறம் எப்படி நான் வீட்டுல பேசுவேன். என்னை தான் எப்படி காப்பாற்றுவாய் என்று அடிக்கடி சொல்லுவாய். நானோ நான் வேலைக்கு போகவேண்டும் என்று எந்த அவசியமும் இல்லையே நம்மிடத்தில் தான் அத்தனையும் இருக்கிறது என்பேன். அதுக்கோ அவள் எல்லாம் உன் அப்பாவிடம் இருக்கு உன்னிடத்தில் இருக்கா என்பாள்.

தனியாக சென்னைக்கு செல்லலாம் என்று நினைத்த பொழுது என் நண்பன் துரைவேலனும், கருப்பனும் வந்தான். என் சோகம் கருப்பனையும் துரையையும் பாதித்து விடக்கூடாதென்று சோகம் களைத்து அவனிடம் சந்தோஷமாக பேசி மகிழ்ந்தேன்.

சென்னை சென்றதும் வாடகைக்கு ரூம் எடுத்தோம். இருந்த பணத்தை கொண்டு ரூம் அட்வான்ஸ் கொடுத்துவிட்டோம்.மீது போக்குவரத்துக்கும், சாப்பாட்டிற்கும் தான் சரியாக இருந்தது.

அடுத்த நாள் காலையிலே வேலை தேடி அலைய ஆரம்பித்தோம். எங்கும் அவ்வளவு எளிதாக கிடைக்கவில்லை.

நாட்கள் நகர்ந்து கொண்டே இருந்தது. என் மனி ப்ரஸில் உள்ள உன் புகைப்படம் மட்டுமே உறுதுணையாக இருந்தது. வேலை கிடைத்தால் சம்பளம் குறைவாக இருக்கிறது.

அப்படி இல்லையென்றால் எனக்கு language மொழி பிரச்சினையாக இருக்கிறது. என் செய்வேன்.

இருந்த இருப்பு காசு எல்லாம் கரைந்துவிட்டது. என்னால அந்த நாட்களை மறக்கவே முடியாது. கையில காசு இல்ல அன்றைக்கு வேற முக்கியமான interview .நடந்தே ரயில்வே ஸ்டேஷனுக்கு சென்றோம். அங்கு மூன்று நபர்களும் உங்காந்திருந்தோம். துரையும், கருப்பனும் மச்சான் வாடா இரயிலில் டிக்கெட் எடுக்காமல் செல்வோம். நாம் interview போக வேண்டிய இடம் அடுத்த ஸ்டாப் தான் மதி வா என்று என்னை அழைத்து சென்று விட்டனர். அது தான் டிக்கெட் எடுக்காமல் சென்ற முதல் பயணம். எனக்கு மிகவும் பயமாகவே இருந்தது. என் முகம் முற்றிலும் மாறுப்பட்டதாக இருந்தது. அடுத்த ஸ்டாப் வந்தவுடனே வேகமாக இருங்கினேன் அதே வேகத்துடன் ஏறினேன். வெளியில் checker நிற்பதை பார்த்துவிட்டு. எனக்கு என்ன பண்ணுவது என்றே புரியவில்லை. அவரிடம் சிக்கிக்கொண்டால் அசிங்கம் இவனுங்க வேற என்னிடம் என்ன பண்ணலாம் என்று கேட்டனர். எனக்கு என்னடா தெரியும் வாங்க அவருக்கு தெரியாமல் தான் செல்லனும் என்று நடக்க ஆரம்பித்தோம். இதயம் படபடவென்று அடிக்க ஆரம்பித்தது. ஒரு பாட்டி வந்தாங்க அவங்களுக்கு உதவி செய்வது போல் செய்து அங்கிருந்து தப்பி விட்டோம்.

எனக்கு ரொம்ம அசிங்கமாக இருந்தது. சரி பரவாயில்லை என்று interview க்கு சென்றோம். அங்கு எல்லாம் நல்லதாகவே நடந்தது. அங்கு ஒரு தனியார் பெரிய கார் கம்பெனியில் கார் புரோடக்சன் வேலை கிடைத்தது.

அடுத்த நாளிலே சேர்ந்து கொள்ளுங்கள் என்று மேனேஜர் கூறினார். எங்கள் மூவருக்குமே வேலை கிடைத்துவிட்டது. மூவரும் சந்தோஷமாக இருந்தோம். வீடு திரும்ப ரயில்வே ஸ்டேஷனுக்கு வந்தோம். ஆனால் திரும்பி செல்ல தான் காசு இல்லையே. கருப்பன் மச்சான் காலையில வந்த மாறியே போகலாமாடா என்று கேட்டான்.நான் யப்பா சாமி நீ வேணும் என்றால் இரயில் டிக்கெட் எடுக்காமல் வா நான் நடந்தே வருகிறேன் என்று தண்டவாளத்தின் ஓரத்திலே நடந்து வந்தேன். திரும்பி பார்த்தால் இருவருமே நடந்து வந்தனர் என் பின்னால்.பிறகு மூன்று பேரும் பேசி சிரித்து காமெடி பண்ணிக்கொண்டு பசியோடு நடந்தே வீட்டிற்கு

வந்தோம்.பசியுடன் போராடிய அந்த நாட்களை மறக்கவே முடியாது ரங்கம்மாள். ரொம்ம கஷ்டப்பட்டேன். "இணையாக இருந்த நீ அன்றைக்கு துணையாக" கூட இல்ல.

உனக்கு நியாபகம் இருக்கா ரங்கம்மாள், நீ என்கிட்ட புரிஞ்சுக்காம சண்டை போடும் போது உனக்கு சொன்ன குட்டி கதை நியாபகம் இருக்கா, உனக்காக நான் எழுதுன கதை அது. நியாபகம் இல்லைனா இப்போ சொல்கிறேன் கேள்.

○அழகிய காதல் கதை

நிறைந்திருக்கும் வண்ணப்பூக்கள் கொண்ட வனம் அது.அன்பு ததும்பி வழிந்து அதில் தவழ்ந்த காதல் ஜோடியின் முயல்களின் கதை தான் இவை.
நண்பர்களின் பட்டாளம் ஏராளம் சேட்டைகளில் துள்ளிக்குதித்த காலம் அது. திடீரென வந்த மின்னல் போல் ஒளிர்ந்து கொண்டு வந்ததால் மனதிற்கு நல்ல காட்சி ஒன்றை தந்தாள். பாவையின் பார்வை மின்னல் போல தான் வந்த இடமும் தெரியவில்லை சென்ற தடமும் தெரியவில்லை மெல்ல, மெல்ல மனதிற்குள் படையெடுத்து என் இதய ஆட்சியை கைபற்றினால்.மாற்றங்கள் புதிதானது.பலநூறு முயல் கூட்டத்தில் தனியாக தெரிந்தாள். ஒப்பனை செய்வதில் இவளுக்கு ஒப்பானவர் எவரும் இல்லை.. நான் பார்க்கும் போதெல்லாம் சிங்காரி சிலிர்த்துக்கொண்டாள். பார்க்கும் போதெல்லாம் பரவசம் ஆண்கள் வெட்கம் கூட அழகென்று அவளை கண்ட போது தான் உணர்ந்தேன்.

இளவரிசியின் இம்மைசைகள்
　　இமையம் தாண்டி உயர்ந்தது...
இளவரிசியும் உணர்ந்தால்
　　காதல் வசம் கொண்டாள்.....
வனங்கள் முழுவதும் எங்களின்
　　குரல் இசையால் நிறைத்தோம்....
கைதீண்டலில் வெட்க பதற்றத்தில்
　　திகைத்து மகிழ்ந்தோம்......

(காலத்தின் கட்டாயம் இவர்கள் காதலைகூட விட்டு வைக்கவில்லை..)

ஆணின் முயலின் காதல் பெண் முயலுக்கு திகட்ட ஆரம்பித்தன... ஆண் காதலை பெற்றுவிட்டோம் என்ற ஆணவம் அந்த அகங்காரிக்கு .சுற்றியும் வேட்டையாடும் மிருகங்கள்,கால் வைக்கும் இடமெல்லாம் கன்னி வெடிகள்.இரவுக்கும் ஆயிரம் கண்கள் இமைக்காமல் பார்த்து இருந்தது பாவை அவளை.கண்ணே தங்கமே செல்லமே போகும் வழியில் கவனம், நாடகத்தை அரங்கேற்றி நட்புறவு கொள்ளும் வனம் இது.. எதிலும் கவனம் எங்கும் கவனம் என்று எச்சரித்தது..... கன்னி அவளுக்கு புரியவில்லை இது தான் காதல் என்று. அவள் சுதந்திரத்தை பறித்து அடிமையாக்குவதை போல் எண்ணி விட்டாள். அவளுக்கு புரியவில்லை இருவருமே தங்கள் காதலுக்கு அடிமை தான் என்று. உன் காதல் என் கழுத்தை நெறிக்கிறது நீயும் வேண்டாம் உன் காதலும் வேண்டாம் என்று துறத்தி அடித்தால். தூரத்தில் விழுந்தேன். துயரத்தில் ஆழ்ந்தேன்.இறுதியில் குள்ள நரிகள்அவளை சுற்றி வளைத்தன.பயத்தில் அலறினால்.ஓடி வந்தேன்.போர் செய்து போராடினேன்.இவள் தப்பித்து உயிர் பிழைத்தாள். ஆனாலும் அவளுக்கு மகிழ்ச்சி இல்லை. ஏன் என்று கேட்க நான் முயன்றேன் நான் இறந்து கிடைப்பதை மறந்து.
(உண்மையான அன்பை அலட்சியம் செய்யாதீர் அது அழிவில் தான் முடியும். காதலர்கள் அழியலாம் அவை தந்த காயங்களும் மாறலாம். என்றும் காதல் அழிவதில்லை. அவை எல்லா ஜீவராசிகளுக்கு பொதுவான தேனாமிருதம்.)

இந்த கதையை படிச்சதும் கண்ணில் கண்ணீர் வர ஆரம்பிச்சுருச்சு. இதுக்கே இப்படியென்றால் நீ என்னை காதலிக்கும் முன் தேவ் படத்தை பார், அதில் வருவதை போல தான் நீயும் இருக்கிறாய், நானும் இருக்கிறேன் என்றேன். நீ அந்த படத்தை பார்த்து விட்டு இரண்டு வாரங்கள் என்னிடம் நீ பேசவே இல்லை.

நீ அப்போதெல்லாம் ரொம்ம பயப்படுவாய்.எங்க நம்ம பேசி பழகிட்டு சேராமலே போய்ருவோமுனு என்னிடம் பேசாமலே இருந்த நாட்கள் அது. எவ்வளவு சந்தோஷமாக இருந்தாலும் உன் முகத்தில் அந்த சோகம் காட்டிக்கொடுத்து விடும். நீ வீட்டில் உள்ளவர்களை பற்றி அடிக்கடி பேசுவாய். வீட்டில் உள்ளவர்களை பற்றி அதிகம் யோசிப்பாய், நம் கல்யாணம் வீட்டில் ஒத்துக்க மாட்டாங்க என்ன பண்ண போறேனே

தெரியல. நான் உன்ன ஏமாத்துகிறேனா, எல்லாம் தெரிஞ்சும் நான் ஏன் உன்ன லவ் பண்ணேன்.இதுக்கு தான் ஆறு மாதங்களாய் உன்னை காதலித்தும் உன்னிடம் சொல்லாமலே இருந்தேன். இப்படியெல்லாம் கடையில் நடந்தால் என்னால தாங்கிக்கொள்ளவே முடியாது அதுனால தான் நான் அவ்வளவு யோசித்தேன் மதி என்று அழுத புலம்புவாய்.

ரங்கம்மாள் உனக்கு நான் என் பழைய சான்றிதழை அனுப்பினேன் அதை பார்த்து விட்டு ஏன் எந்த பதிலும் அளிக்கவில்லை. நான் இதை கேட்ட உடனே உனக்கு அனுப்பிருக்கலாம் ஆனால் உன் மீது உள்ள கோவமும், எனக்கு ஏற்பட்ட கால சூழ்நிலை பிரச்சினைகள் காரணமாக அனுப்ப முடியாமலே போய்விட்டது ரங்கம்மா. நான் என் செய்வேன் எனது தவறு தான் என்னை மன்னித்துவிடு. இதுல வேற என்னை பற்றி உன்னிடம் யாரு பேச வந்தாலும் அவர்களை நான் என்றும் அவர்களை காயப்படுத்தி பேசவும் செய்தாய்.

உன்னிடம் இருந்து எந்த தகவலும் வராத காரணத்தினால் நான் மிகவும் உடைந்து போனேன். நான் யாரிடம் சென்று தூது சொல்ல சொல்வேன் அன்பே.

அன்பே!
உன்னை,
நினைத்து,
ஏங்கும் என்,
இருதயத்தின்,
இன்னல்களை,
யாரிடம் சென்று,
தூது சொல்வேனோ!!

அழகிய,
நதியே!!
நங்கை,
அவள் நலமென்று,
நீ அறிவாயா?!
அறிந்தால்,
அறிவிப்பாய்,
அழகி அவளின்,
நலம் பற்றி!,

விடியலின்,
ஒளி தரும்,
சூரியனே!!
உன்,
கதிர்ஒளி போல,
என்னுள்,
நிறைந்திருக்கும்,
அவளின்,
நினைவுகளின்,
நிலையைப் பற்றி,
அவளிடம்,
எடுத்துச் சொல்வாயா?

ஊரை,
சுற்றும் காற்றே!!
என் உரியவளை,
கண்டால் உன்,
நினைவுகளை,
கடக்க முடியாமல்,
நினைவுகளோடு,

கலந்து,
இறந்து கொண்டிருக்கிறான்!
என்று அவளிடம் சொல்வாயா?

முழுமதியே!!
அழகிய நிலவே,
அவளை பற்றி,
சிந்திக்கும்,
என் இதயம்,
உன்னை,
போலவே ஏக்கத்தில்,
வளர்ந்து தேய்ந்து,
கொண்டிருக்கிறது,
என்று அவளிடம் சொல்வாயா?

கண்ணாடி,
பிம்பமே அவள்,
பார்க்கும் போது,
என்னை அதில்,
காட்ட செய்வாயா?
என்னை அவளுக்கு,
நினைவுப்படுத்த செய்வாயா?!!

வானமே!!
கருமேகமே!!
நிலவே!!
நிலத்தின் அழகே!!
குயிலே!!
அழகிய மயிலே!!
பகலிரவே!!
ஒப்பனை,
செய்யும் பொருளே!!
சுவரே!!
இனிய கனவே!!
பொன் நகையே!!
புன்னகையே!!
எனக்காக,
அவளிடம்,
தூது செல்வாயா??

உன் மீது,
அதிகம்,
 காதல் செய்தவன்!!
காயங்களோடு,
காத்திருக்கிறான்!!
உன் ,
நினைவுகளுடன்,
நீயே என்று,
நிலைத்திருக்கிறான் !!
உறவாடிய,
பொழுதுகளை,
நினைத்து உருகிக்கொண்டிருகிறான்!!
நீ,
நிழல் அல்ல,
நிஜம் என்று,
நீ வருவாய் என,
காத்திருக்கிறான்,
காதலோடு என்று,
தூது சொல்வாயா?!!

யாரிடம் சென்று தூது சொல்வேன் என்று குழம்பிப்போனேன். எனது நண்பன் துரைவேலன் நீ யாரிடமும் தூது சொல்ல வேண்டாம். நீ ரங்கம்மாளை நேரில் சென்று மன்னிப்புக்கூறு சரியாகிவிடும் என்றான். உரியவனுக்கு தானே தெரியும் நண்பனின் வலிகளெல்லாம்.

நான் இது தான் நல்ல யோசனை என்று அன்று இரவு இரயிலே 2 டிக்கெட் முன்பதிவு செய்தேன். நானும் துரைவேலனும் ரங்கம்மாளை காண அவள் ஊருக்கு இரயில் பயணம் செய்தோம். நான் துரைவேலனிடம் கூறினேன் இதை போலவே முன் ஒரு சண்டை வந்தது அப்போது நான் அவள் வீட்டிற்கு சென்று அவளிடம் மன்னிப்பு கேட்டேன். அந்த பிரச்சினை அதோட முடிந்துவிட்டது.எனக்கு அந்த தருணம் அப்படியே நியாபகம் இருக்கு நீ அழுது உன் கண் மை என் தோல்பட்டையில் உள்ள துணியில் ஒட்டிக்கொண்ட கரை என் மனதில் உள்ள மாறி இன்னும் போகாமலே இருக்கு ரங்கம்மாள். நான் அந்த நிகழ்வை தான் நம்பி வந்துட்டு இருக்கேனு துரை வேலனிடம் கூறினேன்.

அவள் ஊருக்கு வந்தடைந்தோம். பழகிய பழக்கப்பட்ட இடம் தான். ஆனால் எனக்கு பயமாகவே இருந்தது. என்னை தான் எல்லா தளத்திலும் ப்ளாக் பண்ணிவிட்டாளே என் நண்பன் துரைவேலனிடம் இருந்து போன் வாங்கி கால் செய்தேன்.என் குரலை கேட்டவுடனே சொல் என்றால் நான் உன்னிடம் சாரி சொல்ல உன் வீட்டிற்கு வாரேன் என்றேன்.என்ன மதி மிரட்டுகிறாயா? முடிந்தால் வா என்றாய். இதுக்கு மேல் என்ன முடிய நான் உன் வீட்டு வாசலில் தான் இருக்கிறேன் நீ வந்து கதவை திற என்று தான் சொன்னேன்.

என்னை பார்த்ததுமே போனில் சத்தம் போட்டு அழுக ஆரம்பித்தாய். எனக்கு ஒன்னும் புரியல.என்னோட Weakness அவளும், அவ கண்ணீரும் தான். அவள் அழுகிறத பார்த்துட்டு இருக்க முடியல. இனி இவ அழுகவே கூடாதுனு அங்கிருந்து வந்துடேன்.

ரங்கம்மாள் துரைவேலன் போனுக்கு அழைப்பு விடுத்தாய். நான் எடுத்து பேசினேன் அப்போது மதி நான் உன்னை வெறுத்துட்டேன், அதுனால தான் நீ எனக்கு நல்லதே செய்தாலும் எனக்கு கெட்டது மாறி தெரிகிறது. இப்போ நீ மன்னிப்பு கேட்க தான் வந்துள்ளாய் ஆனால் என் மனம் அதை ஏற்க மறுக்கிறது ஏன் என்று தெரியவில்லை. உனக்கும் எனக்கும் செட் ஆகாது. என்னால என் அப்பா அம்மாவை அசிங்கப்படுத்த முடியாது. ப்ளீஸ் மதி இங்க இருந்து போய்விடு என்றாய். நானும் அழுதுக்கொண்டு தான் பேசினேன்.

கடைசியாக ரங்கம்மாள் சொன்னது. முடிஞ்சா வேலைக்கு போ இல்லையென்றால் அப்பா அம்மா கூட இரு. சந்தோஷமா இரு. செத்துப்போயிருவேனு சொல்லாத அது உனக்கு அழகு இல்லை,Take care please என்றாய். அந்த வார்த்தைகள் இன்னும் என் மண்டைக்குள்ள ஓடிக்கிட்டே இருக்கு.

நான் பிறகு அவளை கஷ்டப்படுத்த கூடாது என்று அவளை தொடர்பு கொள்ளவே இல்லை. ஆனால் நான் ரங்கம்மாளிடம் பேசும் போது அந்தையம்மாள் பற்றி சொன்னால் எனக்கு ஒன்றும் புரியவில்லை. அப்புறம் தான் தெரிய வந்தது. அந்தையம்மாளிடம் நம்பி சொன்ன விஷயங்கள்

அனைத்தும் ரங்கம்மாளுக்கு வேறு விதமாக போய் சென்றது. அதுவும் அந்தையம்மாளே ரங்கம்மாளிடம் சொன்னதே இங்கு வேடிக்கை. நான் அந்தையம்மாளை சொந்த சகோதரி மாறி தான் நினைத்து பழகினேன் ரங்கம்மாள் பேசவேண்டாம் என்று சொன்ன பிறகும். அந்தையம்மாளும் அந்த பிரச்சினைக்கு பிறகு காணாமலே சென்றுவிட்டாள்.

பூமியை,
போல தான்,
மனிதர்களும்,

தூரத்தில்,
இருந்து பார்த்தால்,
இரண்டுமே அழகாய்,
தான் காட்சியளிக்கும்!

அருகில் வைத்து,
சொந்தமாக்கும்,
போது தான்,
சில அதிசயங்களும்!
சில அதிர்ச்சிகளும்!
உண்டாகும்.

சொந்தமான,
நிலத்தை,
தோண்டும் போது,
அவற்றை,
நெருக்கும் போது,
தங்கம், வைரம்,
பொக்கிஷம்,
போன்ற அதிசய,
புதையலை,
கண்டறியலாம்!!

இல்லையெனில்,
அழுகிய,
உடல் கொண்ட,
பிணங்களும்,
அருவருப்பான,
அதிர்சியான,

புதையலை,
கண்டறியலாம்!!

அதே,
போலதான்,
மனதிற்கு,
பிடித்த மனிதர்களும்,
அவர்கள்,
சொந்தமான பிறகு,
அவர்களை,
நெருங்கும் பொழுது,
தான் தெரிகிறது!!

அவர்கள்,
அதிசய புதையலா?
அதிர்சியான புதையலா?
என்று!!

யாரையும்,
நெருங்காதே!!
பிறகு,
எதற்கும் வருந்தாதே!!

தூரத்தில்,
இருந்து பார்த்தால்,
எதுவும் அழகே!!

அப்படியே சென்னைக்கு திரும்பி சென்றோம். நாட்களும் கழிந்தன. நாங்களும் வேலை பிறகு மனதை நல்வழிப் படுத்த நூலகம் என்று சுற்றி திருந்தோம். அப்போ அப்போ உன் நினைவுகள் வலம் வரும். வெளியில் சிரித்து மகிழ்ந்தாலும் உள்ளார வலி கொண்டு மெலிந்து போனேன். பிறகு சொந்த ஊருக்கு செல்லலாம் என்று என் ஊருக்கு சென்றேன்.

சென்னையில் இருந்து வந்ததால் என்னை தனிமைப்படுத்தி வைத்திருந்தனர்.

நான்,
கொரோனாவில்,
அவதிப்படுகிறேன்!

பாவம்,
அவன்,
என்னவெல்லாம்,
துன்ப படுவான்!
இனி அவன்,
தனியாக,
தனிஅறையில் ,
தான் இருப்பான்!
பேச பலர் இருந்தும்,
வார்த்தைகள் இருந்தும்,
மௌனமே நிலைத்திருக்கும்!

உணவு,
உண்டாலும் உடல்,
எடை குறைந்திடும்!.
பாவம் அவன்,
இனி அவன் ,
தனியாக,
தனிஅறையில் ,
தான் இருப்பான்!
என்று எல்லாரும் ,
பேசிக்கொண்டிருப்பதை,
நான் கேட்டுக்கொண்டிருந்தேன்!

அவர்களுக்கு,
தெரியவில்லை!
நான்,
கொரோனாவிற்கு ,
முன்னரே,
அவளின் காதல் எனும்,
நோயில் பாதிக்கப்பட்டுள்ளேன்!

அன்றில்,
இருந்து தனிமையில் ,
தனித்தே இருக்கிறேன்!
நோய்கள் ஏதும் ,
தீண்டவில்லை!
உடல்களில் ஏதும்,
மாற்றம் இல்லை!

நோய்கான,
அறிகுறிகள் ஏதுமில்லை!
இருந்தும் தனிமை,
படுத்திக்கொண்டேன்,
தனி அறையில்!.

ஏன் பிரிந்தாய்!
எதற்கு மறந்தாய்!
என்று அறியாமலே,
அறிந்த பொருட்கள்,
அனைத்திலும் உன்,
முக காட்சியை கண்டு,
கலங்கி தனிமை,
படுத்திக்கொண்டேன்,
தனி அறையில்!

பேசிய வார்த்தைகள்,
கடந்தகால நினைவுகள்,
உறவாடிய நாட்கள்,
அக்கறையோடு சிலநேரம்,
அன்போடு சிலநேரம்,
நான் கஷ்ட பட,
நேர்ந்தால் நீ கஷ்டபடுவாய்,
துடித்துடித்துப் போவாய்,
துன்பத்தில் நான் இருந்தால்!.

அத்தருனங்களை,
அழிக்க நினைப்பது ஏன்?
நினைக்க மறந்தது ஏன்?
சிறு சண்டைக்காக,
சிறு பிரச்சினைக்காக,
பிரிவது, மறப்பது,
நியாயமா?
பேசி சரிசெய்வதைவிடுத்து,
பேச மறப்பது முறையா?

இது என்,
கடைசி எழுத்துக்களாக,
கூட இருக்கலாம்!
நினைவில் கொள்!

காதல் பிரிவதற்காக,
இல்லை!!
பிரியங்கள் போதும்,
அவைகளை ஒன்றுசேர்க்கும்!
யாரோ ஒருவர்,
தவறு செய்திட கூடும்!
அதற்காக பிரிவு,
வழியில்லை,
காதலித்தவருகே வலி!
மன்னியுங்கள்!
சரிசெய்யுங்கள்!

சிறு சண்டைகாக,
சிரித்து கொஞ்சிய,
நினைவுகளை,
அழித்து ,உனக்கானவர்களை,
தனித்து தனிமையில்,
விட்டு செல்வது தான் காதலா?

இருவரில்,
யாரோ ஒருவர்,
காத்திருப்பார் காதலுக்காக!

இதை படிப்போர்,
பிரிந்திருந்திருந்தால்,
உடனே உனக்கானவர்களிடம்,
மனம் விட்டு பேசுங்கள்.
இத்தருனம்,
அவர்களுக்கு கடைசி ,
நிமிடங்களாக கூட,
இருக்கலாம்,
நோயில் அவதிப்படலாம்,
பிரிவால் வருந்தலாம்,
கோவங்களை விட்டுவிட்டு,
விட்ட அன்பை தொடருங்கள்!
இதுவே கடைசி,
நிமிடங்களாய் இருக்கலாம்!!

என்னை போல்,
தனித்தே தனி அறையில் ,

இருக்கலாம்!
அவர்களை அள்ளி,
அணைத்திடுங்கள்!!
பிரிவதில்,
பலன் இல்லை ,
பிரியங்களை தவிர வேறு,
துணையில்லை ,

என அம்மா டேய் மதி ஏனடா இப்போதெல்லாம் முடிவெட்டாமல் தலை சீவாமல் ஏதோ பறிக்கொடுத்தவன் போலயே இருக்கிறாயே என்னாச்சு உனக்கு என்று கேட்டார்கள். நான் அவர்களிடம் என்ன சொல்லுவேன்.

நான்,
இப்போதெல்லாம்,
கண்ணாடி பார்ப்பதில்லை!!

மணிக்கு,
ஒருமுறை ,
கண்ணாடி,
பார்ப்பது உண்டு !!
ஆனால்,
நான் இப்போதெல்லாம்,
கண்ணாடி பார்ப்பதில்லை!!

சகியை,
காண்பதற்காகவே,
சிகை அலங்காரம்,
செய்துக்கொள்வேன்,
மணிக்கு நூறு முறை!!.
ஆனால்,
நான் இப்போதெல்லாம்,
சிகை அலங்காரம்,
செய்வதில்லை!!

அனைவரும்,
பார்ப்பதற்காகவே,
பார்த்து, பார்த்து,
உடுத்துவேன் ஆடைகளை!!
ஆனால்,

நான் இப்போதெல்லாம்,
ஆடைகளுக்கு,
முக்கியதுவம்,
கொடுப்பதில்லை!!

விடுமுறை,
ஒன்று கிடையாது!!
எனது அலைபேசிக்கு,
ஆனால்,
இப்போதெல்லாம்,
விடுமுறை வேண்டாம்,
என்றாலும் விடுப்பு, கொடுத்துவிடுகிறேன்!!

சாப்பாடுக்கு,
குறை வைப்பதே இல்லை!!
ஆனால்,
இப்போதெல்லாம்,
சாப்பிடுவதே,
குறைந்து கொண்டே வருகிறது!!

நாட்கள்,
நகராமலே,
நரகமாய் கொண்டே,
இருக்கிறது.

எல்லோரும்,
என்னாச்சு,
நீ மாறிவிட்டாய்,
உடல்நிலை,
சரியில்லையா?
என்று எல்லோரும் ,
கேட்க ஆரம்பித்தார்கள்!.

நானும்,
கேட்க ஆரம்பித்தேன்,
எனக்குள்ளே,
எனக்கு ,
என்னவாயிற்று,
என்றெல்லாம்!!

மனதும்,
பதிலளிக்க,
ஆரம்பித்தது!

அவள்,
பார்த்து ரசித்த,
உன் முகத்தை,
வேறு யாரும் ,
பார்த்து ரசிக்க,
கூடாது என்பதற்காகவே,
நீ முடிவெட்டுவதில்லை!
சிகை அலங்காரம் *
கொள்வதில்லை!
முகத்திற்கு,
அழகு சேர்ப்பதில்லை!
ஆடைகளுக்கு,
முக்கியத்துவம் கொடுப்பதில்லை!!

அவள்,
சாப்பிட்டாலா என்று,
தெரியாமல் தான்,
நீ சாப்பிட மறுக்கிறாய்!

அவளிடம்,
கொஞ்சி சிரித்து,
பேசி அலைந்துக்கொண்டிருக்கும்,
மனதை அலைபேசியில்,
இணைந்திருந்த நாட்கள்,
இப்போது இல்லை என்றதால்,
அலைபேசிக்கு,
விடுப்புகொடுத்துவிட்டாய்!!

நீ,
மாறவில்லை!!
மாற்றப்பட்டாய்!!
என்று எம் மனது,
மனதார சொன்னது.

எனக்கு சில நாளாய் ஏதோ குரல் கேட்டுக்கொண்டே
இருக்கிறது. யாரோ என்னிடம் உரையாடிக்கொண்டு

இருக்கிறார். என்னோடு சேர்ந்தே இருக்கிறார். ஆனால் என் கண்களுக்கு புலப்படவில்லை.ஆனால் மனதிற்குள் நெருங்கம் கொள்கிறார். ஆனால் அந்த மாயவன் யார் தான். அவர் யாரென்று என்னால் அறிய முடியவில்லை ரங்கம்மா.

யார் அந்த மாயவன்??

காலையில் எழுந்தவுடனே அறியாமலே அலைபேசியை தொடுகிறது எனது கைகள். அதில் எதுவும் வரவில்லை என்றவுடனே மனம் சோர்வாகிறது. என்னவென்று புரியவில்லை!!

பிறகு குளித்துவிட்டு ஆடை அணியும்போது ஆடையை பார்த்தவுடனே சில அமைதி எழுந்தது என் மனதிற்குள். என்னாச்சு என்று தெரியவில்லை. என்குள்ளே சில மாற்றம்.

பிறகு காரில் சென்றுக் கொண்டிருந்தேன். நல்ல பாடலுகளுடன் தொடங்கியது எனது பயணம். சற்றென்று தினறியது மனம் சில பாடல்களை கேட்டவுடனே.. என்னாச்சு எனக்கு..ஒன்றும் புரியவில்லை..!!

சிறிது நேரம் கழித்து செல்லும் இடமெல்லாம் சென்ற இடம்போலவே தெரிகிறது. இதயத்தில் ஏதோ மாற்றம். என்னவாய்ற்று எனக்கு. ஏன் இவ்வாறு தோன்றுகிறது தெரியவில்லையே..

பிறகு என்ன செய்தாலும்,எங்கு பார்த்தாலும், எதை கேட்டாலும், சில புன்னகையுடனும் பல கண்ணீர்களுடனும் போராடினேன்..ஒன்றும் புரியவில்லை..
என்னை இடைவிடாமல் தொல்லை செய்யும் அந்த மாயவன் யார்?? என்று கத்தினேன்.

அங்கிருந்து ஒரு ஓசை♡
நான் தான் நினைவுகள்...

என்னை,
நினைத்து,
நீ பலமுறை,
சிரித்திருக்கின்றாய்.
பலமுறை,

அழுதிருக்கின்றாய்,
என்னால்,
தான் உன்,
 நாட்கள் நகர்கின்றது.
என்னால்,
.தான் நீ வாழ்ந்து,
கொண்டிருகின்றாய்.
நான்,
சிலருக்கு,
வரமாவேன்.
பலருக்கு,
சாபமாவேன்.
நீ செய்யும்,
அனைத்து,
செயலிலுமே,
நான் இருப்பேன்..
உன்னை விட்டு சென்றவர்கள்,
என்னையும்,
 உன்னிடத்தில் விட்டு,
சென்றுவிட்டார்கள்.

உன்னை,
இடைவிடாது,
தொல்லை செய்யும்,
அந்த மாயவன் நான் தான்.
என் பெயர் "நினைவுகள்"

அன்பானவர்கள்
விட்டு சென்ற உனைவிட்டு பிரியாத நினைவுகள் தான்
"நான்"

என்று மாயாவியான நினைவுகள் என்னிடம் உரையாடியது.
நினைவுகளுடம் உரையாடிக்கொண்டிருக்கும் போது நம்
காதலும் உரையாடியது.காதல் அதனை என்னிடம் அறிமுகம்
செய்தது.

தடுக்கி
விழ வைப்பதும் நானே!!

தாங்கி
பிடிப்பதும் நானே!!

தடுமாறும்,
போதெல்லாம்,
தடம் பதித்த,
தன்னம்பிக்கை நானே!!

சிலருக்கு
வரமாவேன்!!
பலருக்கு
சாபமாவேன்!!

தன்னவனும்!
தன்னவளும்!
தனித்தனியாய்,
இருப்பதற்கும்,
இனிமையில்,
இணைந்திருப்பதற்கும்,
நானே காரணம்!!.

கண்ணீரில்,
இன்பத்தையும்,
சிரிப்பில்,
துன்பத்தையும்,
கலந்திருக்கும்,
மாயாவி நான்!!

சிலருக்கு,
நான் புரிவதே இல்லை!
பலருக்கு
நான் யாரென்றே தெரியவில்லை!
புரிந்தும்,
தெரிந்தும்,
இருப்பவர்களிடம் ,
நான் நிலைத்திருப்பதே இல்லை!!

நான்
பலர்படும் வேதனை
தீயில் நித்தம் எரிந்து
கொண்டுதான் இருக்கிறேன்!!

அனைக்க
முயல்வோருக்கு
சிலருக்கு
நான் முழுவதுமாய் கிடைத்திருக்கிறேன்!!
பலருக்கு
அவர்களுடன் சேர்த்தே,
சாம்பல் ஆகிறேன்!!

நாள் முழுவதும்
நொடியாக தெரிந்த நான்!!
சிறுகாலத்தில்
நொடிப்பொழுது கூட
பல நாளாக தெரிகிறேன்!!
என்னை பாவிப்பவர்களுக்கு.

வருந்தாதே,
நான் வாக்களிக்குறேன்!!
என்னை,
மனமார என்னை,
நினைத்திருந்தால்,
அழைத்திருந்தால்,
நிச்சயம் பிரிந்து சென்றாலும்,
புரிந்து வருவேன்!!

அனைவரின்
வாழ்க்கையிலும்
நான் வருகிறேன் !!

வருகிறேன்!!
இப்படிக்கு,
நான் காதல் என்றது!

இவ்வாறு நினைவுகளுடன்,காதலுடன் பேசிக்கொண்டிருந்த
நான் என் தங்கை லில்லியுடனும் பேச ஆரம்பித்தேன்.

ஆம் என் தங்கையின் பெயர் லில்லி. அவளுக்கு நான் என்றால் உயிர். ஆனால் இதை என்னிடம் சொன்னதே இல்லை. வீட்டில் இருந்தால் விரட்டி அடிப்பாள். தொலைவில் சென்றால் பாசத்தினால் பாச கயிறை கொண்டு நெறித்து கொல்லுவாள். நானும் ரங்கம்மாளும் லவ் பண்ணுறது என் தங்கச்சிக்கு தெரியும். இப்போ நாங்க பேசாமல் இருப்பதும் தெரியும். என் தங்கை ஒரு முறை ரங்கம்மாளிடம் பேசியுள்ளார். அதே நம்பிக்கையில் என்னை ரங்கம்மாளிடம் சேர்த்து வைக்க பேசினாள். ஆனால் ரங்கம்மாள் என் தங்கையை யாரோ போல் பேசி அசிங்கப்படுத்தி அனுப்பினாள். இருந்தாலும் என்மீது கொண்ட அன்பினாலும் அவள் இடைவிடாமல் பேசினாள், அவள் நண்பி அந்தையம்மாளிடமும் பேசினாள். ஆனால் இருவருமே முன்பு போல் அல்லாமல் பதில் பேசாமலே என் தங்கையை அசிங்கப்படுத்தினார்கள்.யாருக்கு தான் கிடைக்கும் அழகிய தேவதையின் தாய் என் தங்கை போன்று.

எனக்கு என் தங்கை அவர்களிடத்தில் பேச முயன்றது எனக்கு தெரியாது. தெரிந்திருந்தால் நான் பேச அனுமதித்திருக்கவே மாட்டேன். இனி என்னால் என் தங்கை அவளின் தன்மானத்தை விட்டு யாரிடமும் நிற்கக்கூடாது என்று நான் அவர்களிடம் நீ பேசவேண்டாம். உண்மையான அன்பு அவள் என்மீது கொண்டிருந்தது உண்மையெனில் எந்த சூழ்நிலையாக இருந்தாலும் அவள் வருவாள் என்று என் தங்கைக்கு சொல்லி அங்கிருந்து விடைப்பெற்றேன்.

முதலில்,
காதலுக்கு,
இருக்கும்,
வசீகரம் கடைசி,
வரை இருப்பதில்லை!

அவரவர்,
விருப்பத்திற்கேப்ப,
காரணங்களை,
தேடுக்கிறார்கள்!
பிரியங்களோடு,
பிரிவதற்காக!

பிடித்தது!!
பிடிக்கின்றது!!
பிடித்துகொண்டே இருக்கிறது!!
என்ற வார்த்தைகள்
எல்லாம் நீ
பிரிந்து போ
என்றவுடனே வார்த்தைகளும்
பிரிந்து செல்கின்றது....

பேசிய,
நினைவுகளெல்லாம்,
நீ பேசாமல் போ,
என்றவுடனே,
பேசமால்,
என்னுடனே,
வந்துவிடுகிறது,
"நினைவுகள்"

நகர்ந்து,
கொண்டே இருந்த,
பொழுதுகள்!!
நகர மறுக்கிறது...
நரகத்தில் இருந்து!!..

எல்லாமே,
நீயாகிறாய்,
என்றாய்!!!!
இப்பொழுது,
எதிலையுமே,
நீயில்லை,
என்கிறாய்!!!!!
பிரிந்து போ என்கிறாய்!!

இதுவரை உன்னுடன் நான் வாழ்ந்த வாழ்க்கை, நாட்கள்,
நிமிடங்கள் அனைத்தும் மறைமுறை வாழ்ந்திட வழி
இல்லையா ரங்கம்மாள்.

இரு,
இதயத்தின்,
வழியே ஒன்றான,

நம் காதல்!!
இரக்கமின்றி,
துண்டாகிப்போன,
காரணம் ஏனோ?!

அறியா,
பிழை செய்தேனோ!
அறிந்தால்,
அழகே!!
மனம் விட்டு,
எடுத்துரைத்திருக்கலாமே!
அதைவிடுத்து,
எனை விட்டு,
பிரிவது நியாயமா?

கொஞ்சி,
பேசுவதையும்!!
சில சமயம்,
சண்டையிட்டு,
கெஞ்ச வைத்து,
பேசுவதையும்!!
பழகிப் போன,
என் "இதயம்"
உன் மௌன,
மொழியை தான்,
ஏற்குமா?
அதை,
தான் தாங்குமா?

உணர்விலும்,
உடலிலும்,
கலந்த நம்,
"காதல்"
உணர்வில்லா,
உடலாய் போனது,
நம் "காதலின்"
சாபமா?

அழகே!!
இன்பமே!!

நான் இல்லாமல்,
உன்னால் இயங்க
முடியாது என்பாயே!!
இயங்கியது,
போதும் என்று,
நிறுத்தி விட்டு,
சென்றாயோ!!
என்,
இதயத்தின்,
காதலை!!

சிறு,
பிள்ளை,
போல் மடியில்,
அமர்ந்து,
இதழ்வரியை,
இடம்பெற செய்வாயே!!

உணர்வுகளை,
மட்டும் அல்லாமல்,
உணவுகளையும்,
உடல்களையும்,
பரிமாறி கொண்டோமே!!

விடியும்,
முன்னே தொடங்கி,
இரவு முடிந்த,
போதும் இடைவெளி,
இல்லாமல் தொடர்ந்த,
நம் காதலுக்கு,
இடைவெளி,
கொடுத்தது ஏனோ?

என்னோடு,
இருந்தவள்,
இங்கேயே,
இருந்தவள்,
இதயதோடு,
கலந்தவள்,
இப்போது,

இல்லையே!
என்பதால்,
இடிந்து போனேனோ!
நொறுங்கி போனேனே!

என்னவளுக்கு,
நன்றி!!
மீண்டும்,
உன்னை அதீத,
காதல் செய்ய,
வாய்ப்பளித்தமைக்கு!!
உன்மீது,
இவ்வளவு,
காதல் கொண்டுள்ளேன்,
என்று பிரிவில் புரியவைத்தாய்!!

இமைக்காமல்,
காத்திருக்கிறேன்!
அழகே!!
நீ வருவாய் என,
காதலோடு காத்திருக்கிறேன்!!

முதல்,
காதலோ!
கதையோ!
அது ஏற்படுத்தும்,
தாக்கம் இறுதி,
வரை போவதில்லை!

இப்போது
இல்லை என்பதைவிட,
இப்படியெல்லாம்,
இருந்தோம்!
இப்போ,
இப்படி இல்லையே!
என்று பலரையும்,
உணரவைக்கிறது,
முதல் காதல்!

முதல் காதல்,

வலிமை மிகுந்தது!
அதிக வலியுடையது!

சிலரின் வாழ்வில்
மாற்றங்களாகவும்,
பலரின் வாழ்வில்,
ஏமாற்றங்களாகவும்,
முதல் காதல்
வலம் வருகிறது!

நன்றி!
"ரங்கம்மாள்"

காதலைபற்றி
எழுத வைத்ததற்கு,
உன் அழகு,
காவியத்தை பற்றி,
எழுத வைத்ததற்கு,
உனை பற்றி,
எழுத வைத்ததற்கு,
நன்றி ரங்கம்மாள்!

சிரிக்க வைத்தாய்!
ரசிக்க வைத்தாய்!
நினைக்க வைத்தாய்!
உணர வைத்தாய்!
அழுக வைத்தாய்!
உதாசீனம் செய்தாய்!
உருக வைத்தாய்!
உயிரை நொடிக்கு
நொடி பறித்தாய்!
விரட்டியடித்தாய்!
விலகி நின்றாய்!
இப்போது
எழுத வைக்கிறாய்!

தவறு செய்திருந்தால்
எனை மன்னித்துவிடு
"ரங்கம்மாள்"

உயிரே!
உயிருள்ளவரை,
கடல் அலையாய்
மீண்டும், மீண்டும்
எழுதிக்கொண்டே
இருப்பேன்!
உன் நினைவுகளின்
வரிகளை!!

நான் ரங்கம்மாளை போக விட்டுருக்க கூடாது. என்னை விட்டு போறேனு சொன்ன அப்போ நான் அவளை போக விட்டுருக்க கூடாது. எதாவது சொல்லி அவளை சமாதானம் பண்ணிருக்கணும். அவளை போக விடுவதற்கா நான் ரங்கம்மாளை காதலித்தேன். அப்புறம் என்ன இதுக்கு அவளை லவ் பண்ணேன்.

காதல்,
இருக்கும் போது,
இருப்பதில்லை!
பிரிவில் தான்,
அதிகம் இருக்கிறது!

என்னிடம் ,
அதீத காதல்,
இருக்கிறது என்பதை ,
உணர்த்துவதற்கா பிரிந்தாய்!

நான்,
தப்பு பண்ணிடேன்!
நான் உன்னை,
போக விட்டுருக்க கூடாது!

விழியோடு,
விழி பேசியதை,
விரலோடு,
விரல் பேசியதை,
உயிரோடு,
உயிர் பேசியதை,
எல்லாம் உறவே,
மறந்தாயோ!

பேசவில்லை,
பார்க்கவில்லை,
அருகில் இல்லை,
குரலிசையை,
கேட்கவும் இல்லை!
ஆனால்,
என் ஒவ்வொரு,
விடியலையும்,
உந்தன் முகமே!
ஒவ்வொரு,
குரலிலும் உந்தன்,
குரல் இசை!
அருகில் இருக்கும்,
அத்தனையிலும்
உந்தன் நிழலே!
பிறகு எவ்வாறு,
நீ பிரிந்திருப்பாய்!

எது காதல்,
என்று அறியாமலே,
காதலித்த போது,
இதுவெல்லாம் தான்,
காதல் என்று நினைத்து,
செய்த காதல்!
இது அல்ல,
காதல் என்று,
உணர்ந்த போது,
காதல் மட்டுமே,
இருக்கிறது!
காயங்களோடு,
எங்கே சென்றாய்,
அன்பே!!

நான்,
தப்பு பண்ணிடேன்!
உன்னை,
கஷ்டம் பண்ணிட்டேன்!
என்னை மன்னிச்சிரு!
என்ன பண்ணி,

சரிசெய்யனு தெரியல,
ஆனால் தொந்தரவு ,
பண்ணி கஷ்டப்படுத்த விரும்பல!

நம்பிக்கை இருக்கு,
உன்மேல நம்ம, காதல் மேல
நிச்சியம் வருவ எனக்கு தெரியும்!
அப்படி நீ வரும்போது
உன்னிடம் ஒன்னு சொல்லனும்
நான் தப்பு பண்ணிட்டேன்!
என்ன மன்னிச்சிரு ரங்கம்மாள் !

இதே மாறி நிறைய தடவை தனியா உன்ன நினைச்சு அழுதிருக்கேன். ரங்கம்மாள்." கண்ணீரை துடைக்க என் கை மட்டும் தான் இருந்துச்சு ஆனால் நினைக்க உன் நினைவுகள் முழுவதுமாக என் நெஞ்சோரத்தில் இருந்தது ரங்கம்மாள்.

நீ என்ன எப்போ பாரு திட்டிட்டே இருப்ப, நான் அதை ரசிச்சாலும், அப்போ அப்போ கோவமா இருக்கும். அப்புறம் நீ ஏதுக்கு கோவப்படுறேனே தெரியாது என்னை திட்டும் போது இவ ஏன் எப்போ பாரு நம்மல திட்டிட்டே இருக்காணு கோவமாக இருக்கும் ரங்கம்மா. சில நேரம் கோவத்துல உன்னையும் நான் திட்டிருக்கேன். ஆனால் நீ இப்போலாம் என்ன திட்டவே மாட்டேங்குற.என் மேல கோவமாக இருக்கியா ரங்கம்மாள். என்ன திட்டமாட்டியா? திட்டுறதுகாக கூட என்னிடம் பேசமாட்டியா? ரங்கம்மாள்.

அன்பே! அழகே!
உன் நலம் அறிய ஆவல்!

நினைவில் இருக்கிறதா?
இருக்கிறேனா?

நாம பேசும் போது சும்மா சும்மா சண்டை வரும் திட்டுவ அதெல்லாம் எனக்கு ரொம்ப புடிச்சுருந்துச்சு. எல்லாத்தையும் ரசிப்பேன். இதெல்லாம் தான் உனக்கும்,காதலுக்கும் அழகுனு இருப்பேன்.

ஆனால் போக போக எதுக்கு திட்டுறேனு தெரியல ஏன் சண்டை போடுறேனு தெரியல.எரிச்சலா இருக்கும். எப்ப

பாரு திட்டிட்டே இருக்காணு கோபமா இருக்கும்.இருந்தாலும் எனக்கு அது பழக்கமா போச்சு.

உன்னிடம் திட்டு வாங்கிட்டு சண்டை போட்டுட்டு ஒவ்வொரு விடியலும் இரவும் நிகழ்ந்துட்டே இருக்கும்.

இப்போதுலாம் நீ என்ட பேசுறது இல்ல. ஒவ்வொரு பகல் இரவுல தேடிட்டே இருக்கேன்.உன் குரல் ஓசை கேட்டுறாதாணு. ஏக்கமா இருக்கு ரங்கம்மாள்.

எல்லாத்தையும்,
அழகுனு ரசித்த நான்,
அதை ஏன்
ரசிக்க மறந்தேன்.
தப்பு நீ தான்,
செஞ்ச ஆனால்,
தண்டனை நான்,
அனுபவச்சுக்கிட்டு இருக்கேன்.

நீ திட்டி சண்டை போட்டு பழக்கப்பட்ட மனசு உன்னிடம் திட்டு வாங்காம இருக்க முடியல. தப்பு பண்ணிட்டேன் ரங்கம்மாள். நான் தப்பு பண்ணிட்டேன்.

என்ட பேசமாட்டியா? என்ன திட்ட மாட்டியா? என்ட சண்டை போட மாட்டியா? வா ரங்கம்மாள் என்ட சிரிச்சு பேசு வா!

வா ரங்கம்மாள் சண்டை போடுவோம்! விட்டு கொடுப்போம்! விளையாடுவோம்! வா ரங்கம்மாள் வா!
உரிமையா கேக்குறேன் உணர்வா வா ரங்கம்மாள்!

என்ட திட்டு ரங்கம்மாள்! தயவு செய்து என்ன திட்டுறதுக்காவது பேசு ரங்கம்மாள்! என்று இரவில் கண்ணீர் கொண்டு நினைவுகளோடு சண்டை போட்டு தான் இரவை கடந்து செல்லுகிறேன்.

தப்பு யாரு மேலையோ நான் உன்ன போக விட்டுருக்க கூடாது. நான் என்ன பண்ணுவேன் சொல்லு, நான் எதுவும் தப்பு பண்ணல ,என்ன பண்ணேனு யோசிக்கிறதுக்குள்ளாரமே இப்படிலாம் நடந்து முடிஞ்சு.இருந்தாலும் நான் உன்னிடம் மன்னிப்பு

கேட்பதையும் விடவில்லை, மன்னிப்பு கேட்டுட்டே இருந்தேன். ஆனால் அது உனக்கு தொந்தரவா,வெறுப்பா மாறுச்சுனு எனக்கு அப்போ புரியல. உன்ன விட்டுட்டு போறவனா இருந்துருந்தா நான் வந்துருக்கமாட்டேன் மன்னிப்பும் கேட்டுருக்கமாட்டேன். நீ அழுதாய் எனக்கு கஷ்டமா இருந்துச்சு நீ சொன்னது எனக்கு நியாபகத்துக்கு வந்துச்சு, நான் எங்க டா போயிற போறேன் எங்க போனாலும் உன்னிடம் தான் வருவேனு சொன்னது நினைவுக்கு வந்துச்சு. சரி ஏன் உன்ன கஷ்டப்படுத்தனும்னு அப்படியே விட்டேன்.ஆனால் எனக்கு கஷ்டமா இருந்துச்சு, பேசமா இருக்கவே முடியவில்லை, அப்போல இருந்து இப்போ வரை ஒவ்வொரு நிமிஷமும் நீ தான். உனக்கு நான் சாப்பிடாமல் இருந்தா பிடிக்காது. அதுக்காகவே சாப்பிடனும்னு சாப்பிட்டேன். தட்டு முழுவதும் சாப்பாடு ஆனால் தட்டுல இருந்தும் சாப்பாடு குறையல, என் வயிற்றுக்குள்ளையும் அது போகவில்லை. என்ன செய்வேன். மனத்திற்குள் பாரம் இருந்தால் எப்படி சாப்பாடு இறங்கும். உன் நியாபகம் வரக்கூடாதுனு எல்லாத்துலையும் இறங்க ஆரம்பிச்சேன் எதுவுமே முடியல.ஏதாவது ஒரு நொடில நீ வந்துவிடுகிறாய் நான் என்ன பண்ணுறது. இருக்கும் போது விட நீ இல்லாத போதே தான் இன்னும் அதிகமாகிறது காதல். "பெண்கள் கோபமே ஆண்கள் கெஞ்சுவதற்கு தானே". நான் ஏன் கெஞ்ச மறந்தேன். நான் கெஞ்சினால் உனக்கு வெறுப்பாகிடுமோனு விட்டுவிட்டேனா!, உன்னால் என்னை இணையத்தில் மட்டுமே தடைபோட இயலுமே தவிர உன் இதயத்திற்கு அல்லவே! ஏதோ காரணம் கொண்டு காதலிப்பவர்கிடையே பிரிவு ஏற்பட்டாலே தாங்கிக்கொள்ள முடியாது.

வெறும் காதலை மட்டும் காரணம் கொண்டு காதலித்தவர் நாம், நாம் எப்படி தாங்கி கொள்வோம். காரணம் எதுவாக இருந்தாலும் அதை காதலை கொண்டு சரிசெய்வோம். நான் நம்புகிறேன் நீ என்ன விட்டுறமாட்டாய் என்று. உன்னிடம் நிறைய பேசனும் நான் வரேன். படத்துல மட்டும் தான் காதலிய தேடி போவாங்களா அமெரிக்காவுக்கும், கேரளாவுக்கும் . நான் வரேன் உன்ன தேடி. நிழல் காதலுக்கே தேடிபோக கூடிய சக்தி இருந்தால் நிஜ காதலுக்கு இல்லையா. நான் உன்ன தேடி வரமாட்டேனோ என்ன. உனக்காக நான் வரேன் எனக்காக நான் வரேன் நமக்காக நான் வரேன். நீ என்ன நினைக்கிறாய் என்று இப்போ வரை

தெரியவில்லை. ஆனால் நான் உன்ன மட்டும் நினைச்சுக்கிட்டு இருக்கேன். இனி உன்னை பிரியமாட்டேன். நீ இல்லாமல் வீட்டுக்கு திரும்ப மாட்டேன். எல்லாம் இருந்தும் எல்லாத்தையும் விட்டு எதுவுமே இல்லாம தனியா அங்க வரேன். அங்க என்ன கஷ்டவருமோ இருக்க இடம் இருக்கோ வெயிலுக்கு நிழல் இருக்கோ மழைக்கு குடை இருக்கோ என்று எதுவும் தெரியவில்லை.

தெரு நாய்கள் நண்பன் ஆவான் கொசுக்கள் இசையமைப்பாளராவன், பசி சண்டைகாரனாவான், இவை எல்லாம் எப்படி சமாளிக்க போகிறேன்.உன் காதல் ஒன்றே போதும் நான் கடந்திடுவேன். என்ன மன்னிச்சுருங்க அப்பா நீங்க தான் ஹீரோ, உங்களையும் அம்மாவையும் பார்த்து தான் காதல்னா என்னனு கத்துக்கிட்டேன். உங்களிடம் சொல்லாமல் கிளம்புறேன் அவளை பார்க்க போறேன். வீட்டுல இருந்து கிளம்பிட்டேன். நான் வருகிறேன் உனை தேடி!.நீ பேசுன எல்லா வார்த்தைகளின் மீது நம்பிக்கை வைச்சு நான் வரேன் நமக்காக!

நான் வந்த முதல் நாள் இது. கொஞ்சம் கூட யோசிக்காம கிளம்பி வந்துட்டேன். கையில காசு 400 ரூபா தான் இருந்துச்சு. யாருடையும் கேக்க முடியல, அப்படி கேட்டா எங்க போற எதுக்குனு கேட்பாங்க. ஊரு திருவிழா நடந்துட்டு இருக்கு ஆனால் எதை பற்றியும் யோசிக்கவில்லை இதுவரை பிரிஞ்சிருந்ததே போதும்னு கிளம்பி வந்துட்டேன். பஸ்ல இருந்து இறங்கிட்டேன். இறங்கி எங்க போறது யார கூப்பிடுவது என்று தெரியவில்லை. அப்படி யாரிடமாவது சொன்னா சிரிபாங்க நான் கிளம்பி வந்ததை பார்த்தா. இரவாயிருச்சு சாப்பிட்டு பஸ் ஸ்டாண்ட்லே தங்கிட்டேன். போறவங்க வாரவங்க எல்லாரும் ஒரு மாறியா பார்த்துகிட்டே போனாங்க. கொசு வேற எனக்கு துணையா யாரும் இல்லைனு அது கூட்டமே கூட்டி வந்து கடிச்சு கடிச்சு உனக்கு நான் இருக்கேனு சொன்னது.

அந்த இரவில் தெரியல இனி வருகிற இரவு முழுவதும் இப்படி பஸ் ஸ்டாண்ட்ல தான் தூங்க போறேனு. எல்லாருக்கும் விடியும் முன்னரே எனக்கு விடிஞ்சுருங்கு. காலையில விடிஞ்சவுடனே அம்மா tea டீ கொடுப்பாங்க இப்போ அது எதுவுமே இல்ல. கொஞ்ச நேரம் அங்கே இருந்து கிளம்பினேன். என்னால நீ இருக்கும் பக்கமே வர முடியல. நான் வந்து

பார்த்த தெரிந்த முகமே உங்க அப்பா தான். எனக்கு உன்னையே பார்த்த மாறி அவ்வளவு சந்தோஷம் ஏனே தெரியவில்லை. சாப்பிட்டேன் அங்கேயும் இங்கேயும் சுத்துனேன். ஆனால் நீ இருக்குற திசைக்கு மட்டும் என்னால வரவே முடியவில்லை. பயமா இல்லை என்ன உணர்வுனே தெரியல. மதியம் ஆயிச்சு வெயிலு வெளுத்து வாங்குது என்னால தாங்கவே முடியல. இந்த நேரத்துல வீட்டுல இருந்தாலே கஷ்டம் ,நான் எங்க போறது வீட்டுக்கு. நான் வந்தது கூட உனக்கு தெரியாது. இதுல எப்படி எல்லாம் சரி பண்ணபோறேனுகூட தெரியல. மாலை நேரத்தில் தைரியத்தை வரவழைத்து நீ இருக்குற இடத்த நோக்கி வந்தேன்.வர வர பழகிய இடம் பார்த்த பாதை உன்ன பார்க்க அடிகடி இங்க தான் வருவேன் .இதை தாண்டி தான் வருவேன். ஆனால் இப்போ உன்ன பார்க்க தான் வரேன் உள்ளுக்குள்ள வலி வச்சுக்கிட்டு. என்னால அந்த இடத்தையே கடக்க முடியவில்லை. அங்க வந்ததுமே எனை அறியாமலே கண்ணீர் வர ஆரம்பித்துவிட்டது.எனக்கு கண்ணீர் வருது என்றாலே ஆச்சரியம் இதில் பெருக்கெடுத்து ஓடியது. என்னால் முடியவில்லை. அந்த இடத்தை கூட நெருங்க முடியல. பயமா இல்ல பாசமானு சுத்தமா முடியல.இன்னைக்கு உன்ன பார்க்க முடியாம போச்சு. நான் உனக்காக வந்துருக்கேனு உன்னிடமும் சொல்லவும் முடியாமல் இதுக்கு தான் வந்தோம், ஆனா என்ன தான் பண்ணபோறேனு தெரியாம தனியா உட்காந்துட்டு இருக்கேன். இன்னைக்கு இப்படியே போச்சு இந்த பஸ் ஸ்டாண்ட் இன்னைக்கும் அடைக்கலம் கொடுக்குமுனு நான் நம்புறேன். இன்றைக்கு சொல்ல முடியாத கஷ்டத்தை அனுபவித்தேன் நான் உன்னிடம் பேசும் போது சொல்லுறேன் ரங்கம்மாள்!.

இன்னைக்கு இரண்டாவது நாள் ரங்கம்மாள் உன்ன பார்க்க வந்து. இன்னைக்கு தான் என் கல்லூரி நண்பன் அகரனை பார்த்தேன். அவன் அங்க போலீஸ் ட்ரைனிங்கு வந்திருந்தான்.அப்பொழுது தான் என்னை பார்த்தான். அவனோடு சில நேரம் பேசினேன். பிறகு அவன் ட்ரைனிங்கு சென்று விட்டான்.

இது இல்லை நான்,இப்படி இருந்தது இல்லை என் வாழ்க்கை. ஒரு பைத்தியம் போல சுத்திட்டு இருந்தேன் நான். அப்போ நியாபகம் வந்துச்சு ரங்கம்மாள் நீ சொன்னது உன்னால

நான் பைத்தியமா ரோட்டுல சுத்துவேன் மதினு சொன்னது. உன்னிடம் சொல்லனும் பைத்தியமாறி நான்தான் சுத்திட்டு இருக்கேன் ரங்கம்மாளுனு. காலையில பைலை (file) ஆ தூக்கிட்டு வேலைக்காக சுத்திட்டு இருந்தாங்க. நான் செஞ்ச வேலையை விட்டு வீட்டை விட்டு நமக்காக சுத்திட்டு இருக்கேன் சிரிப்பு தான் வருது. மூனு தடவை உன் தம்பிய பார்த்தேன், பார்த்து பேசிருக்கலாம் பேசிருந்தா உன்னிடம் சொல்லிருப்பான். உனக்கும் தெரிஞ்சுருக்கும் நான் இங்க வந்து இருக்கிறது. உன் தம்பிக்கு என்ன தெரியும் நான் வந்திருப்பதை எல்லாரும் முன்னாடி சொல்லி உனக்கு தேவை இல்லாத பிரச்சினை வரக்கூடாதுனு அப்போ கூட நான் உன்ன பத்தி தான் யோசிச்சேன், நினைச்சேன். ஏழு மணிநேரம் வெயில நின்னேன் நீ வருவேனு ஆனால் நீ வரவில்லை ரங்கம்மாள். குளிச்சிட்டு கோவிலுக்கு போனேன் நம்பல சேர்த்து வச்ச கோவிலுக்கு அங்க வணங்கி திருநீர் வைச்சுட்டு திரும்பவும் உன்னை பார்க்குறதுக்காக, நீ பூங்காக்கு வருவனு நம்பிக்கையில அங்க ரோடு பக்கத்துல உங்காந்து இருந்தேன்.

அப்போ தம்பி காசு கொடுப்பானு சொன்ன சத்தம் கேட்டு நிமிர்ந்து பார்த்தேன் இரண்டு திருநங்கை அக்கா நின்னாங்க. நான் பத்து ரூபாய் கொடுத்தேன்.வாங்கிட்டு நெத்தில என்ன திருநீரு எந்த கோவிலுக்கு போன ஏன் முகம் வாடிருக்கு என்னாச்சு வீட்டுல திட்டுனாங்ளா லவ்வர் பேசலையானு தான் கேட்டாங்க என்ன அறியாமலே கண்ணீர் வர ஆரம்பிச்சுருச்சு அடக்க முடியல ஏனு தெரியல.

என்னாச்சு தம்பி அழுகாதடா டேய் என்னனு சொல்லுடா தம்பினு சொன்னாங்க.நான் நடந்ததை சொன்னேன் அவங்களும் கஷ்டப்பட்டாங்க. தம்பி அழுகாதடா வீட்டுக்கு போடா ,சாப்பிட்டியா வாடா சாப்பாடு வாங்கி தாரேன். ஜூஸ் வாங்கி தரவா தம்பினு கேட்டாங்க. இல்ல அக்கா அதெல்லாம் வேண்டாம் .நான் பார்த்துக்குறேன் சொன்னேன். பஸ்க்கு காசு இருக்கா தரவானு கேட்டாங்க. சில சமயத்துல தான் நல்ல மனிதர்களை சந்திக்க முடியது. அப்படி சந்திச்சவங்க தான் அந்த இரண்டு அக்காவும். நம்ம சந்திக்கிற மனுசங்க தான் நம்ம வாழ்க்கையை மாத்துகின்ற சக்தி படைத்தவர்கள்.அப்படி தான் என் மனசும் மாறுச்சு. அவங்க கிட்ட பேசிட்டு இருந்தேன். அவங்க நீ இப்படி இருக்கிறது பயமா இருக்கு உன் நம்பர் கொடு வீட்டுக்கு

போய்டு வந்துட்டேனு சொல்லுனு சொன்னாங்க. கொஞ்சம் ஆறுதலா இருந்துச்சு அந்த இடத்துல நிறைய பேர் இருந்தாங்க யாரும் கேட்கல இவங்க கேட்டதும் அழுகையை நிறுத்த முடியல. அப்புறம் கொஞ்சம் நேரம் கழிச்சு அவங்க போயிட்டாங்க.

ரங்கம்மாள் நீ பூங்காவுக்கு வருவேனு அங்கேயே சுத்திட்டு இருந்தேன். நீ வரவில்லை. சரி இன்னைக்கு வெள்ளிக்கிழமை நாம ஒன்னா போன கோவிலுக்கு நீ வருவாய் என்று நான் அங்க வந்தேன். கோவிலுக்கு வந்ததும் என் கண்ணு உன்ன தான் தேடியது. சாமி கும்பிட்டு அங்க உட்காந்தேன். நாம இரண்டு பேரும் ஒன்னா இங்க வந்தோம் சாமி கும்பிட்டோம். இப்போ நான் மட்டும் உட்காந்துட்டு இருக்கேன். மூனு மணிநேரமா அதே இடத்துல உட்காந்துட்டு இருந்தேன். ஆனா நீ வரவில்லை. ரொம்ப வலிக்குது கஷ்டமா இருக்கு ரங்கம்மாள் . நான் வந்ததுமே உனக்கு கால் பண்ணிருப்பேன் மெசேஜ் பண்ணிருப்பேன். அப்படி பண்ணா என்ன சொல்லுவாய். நான் நடிக்கிறேன் பொய்சொல்லுறேன் வெறுப்பா இருக்குனு சொல்லுவாய். உன்ன கஷ்டப்படுத்த கூடாதுனு நான் வந்து இரண்டு நாள் ஆகியும் உன்ன பார்க்க இங்க வந்துருக்கேனு உன்னிடம் சொல்லமுடியல ரங்கம்மாள்.

நான் வந்து நான்கு நாட்கள் ஆயிரச்சு ரங்கம்மாள். எனக்கு கஷ்டமாகவே தெரியவில்லை ரங்கம்மாள். இப்படி ரோட்டுல வெயில நடந்து சுத்திட்டு இருக்கிறது. ஆனால் வருத்தமா இருந்துச்சு. பசி இருக்கு சாப்பாடு இருக்கு ஆனால் இரண்டுமே ஒன்னுக்கு ஒன்னு ஒத்துழைக்க மாட்டேங்கிறது. நடந்து போனால் கடந்து போன ஒவ்வொரு பாதையும் கடந்து வந்த கதைகளையும் , நினைவுகளையும் ஒன்னு ஒன்னா சொல்ல ஆரம்பித்தது. நாம சென்ற இடம், உனை சந்தித்த இடம் எல்லாம் என்னுடன் பேச ஆரம்பித்தது ரங்கம்மாள். கல்லூரி நண்பன் அகரன் எனை சந்தித்தான். என்னடா இங்க இருக்க உன் ரங்கம்மாளை பார்க்க வந்தியானு கேட்டான்.

நான் என் சொல்வேன். இல்லடா வந்து மூன்று நாளாச்சு என்னிடம் பேச பிடிக்கவில்லை வேண்டாம் என்று சொல்லி சென்றுவிட்டாள் மச்சான். நான்கு மாதம் தொந்தரவு பண்ணாமதான் இருந்தேன். ஆனால் இப்போதெல்லாம் அவள் இல்லாமல் நான் நானாகவே இல்லைனு சொன்னேன்.

அகரன் எனை பார்த்து டேய் உன்ன இப்படியெல்லாம் பார்த்ததே இல்லையடா . நீயாடா மதி இப்படி இருக்க. எல்லோருக்கும் நல்லது செஞ்சுட்டு நல்லா தானேடா இருந்தாய் அப்புறம் என்னடானு அவன் கேட்க ,

அவள் வந்த பிறகு தான் இந்த நல்லதுலாம் ,எல்லாமே அவள் தான். அவள் தான் மச்சான் என்ன இப்படி மாற்றுனதே.
அகரன் எனை பார்த்து சரி மதி நான் பேசவானு கேட்டான் . நான் உயிரா நினைச்ச என்னையே அசிங்கப்படுத்திகிறாள் உன்னையும் கஷ்டம் பண்ணிருவாள் வேண்டாம் அகரா என்றேன்.
நீ மொபைலை மட்டும் கொடு நான் பண்ணி பேசுறேனு தைரியத்த வரவழைத்து போன் செய்தேன். போனை எடுத்துவிட்டாய்.

சிறு நொடி இருவருமே பேசவில்லை. அடுத்த வினாடியிலே நான் தானு சொன்னேன். அதற்கு தெரியும், ம்ம் சொல்லுனு சொன்னாய், நான் இங்க வந்து மூணு நாளாசு உன்ன பார்க்க தான் வந்தேனு சொன்னேன். சரி நான் என்ன பண்ணும் கேட்டாய். இப்படி கேட்டா நான் என்ன பண்ணுறது ரங்கம்மாள். நல்லா இருக்கியானு கேட்டேன் உன்னை பார்க்கதான் வந்தேன் தயவு செய்து திட்டியாவது பேசுனு சொன்னேன்.
சரி மதி என்ன பண்ணணு கேட்டவள் திடீரென அம்மா வந்ததும் கட் பண்ணிட்டாள். திரும்ப நீ பண்ணுவேனு நினைச்சேன் ஆனால் பண்ணவில்லை. திரும்ப நான் பண்ணேன் உனக்கு தொந்தரவா இருக்குமுனு விட்டேன் .அப்புறம் பண்ணே நீ எடுக்கல. எனக்கு நல்லாவே தெரியும் உன்னால என்ன வாட்ஸ்அப் இன்ஸ்டா ல மட்டும் தான் ப்ளாக் பண்ண முடியும் உன் மனசுல என்னைக்குமே நான் தான்.

ரொம்ப நாள் கழிச்சு உன் குரல் கேட்டேன் அதே மாறி அழகா இருந்துச்சு. அந்த நாள் உன் குரல் கேட்ட சந்தோஷத்திலே போயிருச்சு. அடுத்த நாளு எப்படியாவது பார்த்திடனும் நினைச்சேன். அதே நண்பன் அகரன் வந்தான் கூடவே இருந்தான். அவன் மொபைலை இருந்து கால் பண்ணேன் என் குரல் கேட்டதுமே கட் பண்ணிட்டாய். நேற்றாவது இரண்டு நிமிடம் பேசுனாய், இப்போ ஏன் கட் பண்ணிட்டா என்னாச்சுனு பரிதாபமாக உட்காந்துட்டு இருந்தேன்.

பிறகு வாட்ஸ்அபில் குறுஞ்செய்தி அனுப்பினேன். பார்த்துட்டு பதில் வரவில்லை. நான் கஷ்டத்தில் சாலை ஓரத்திலே படுத்துட்டேன். அங்கே இருந்து என் நண்பன் அகரன் பைக்ல என்ன தேடி வந்தான்.

என்னடா ஏன் இவ்வளவு வேகமாக வருகிறாய். என்னடா என்று கேட்டேன்.

அதற்கு உன் ஆளு எஸ்எம்எஸ் பண்ணிருக்குடானு சொன்னான் நான் ஆசையா உள்ளே போயி பார்த்தேன்.

அதில் என்ன பேச ,பேசுறதுக்கு ஒன்னும் இல்லை. ஏன்? நண்பர்களை விட்டு என் ப்ரண்டுக்கு கால் பண்ணி தொந்தரவு பண்ணுறீங்க. எனக்கு அசிங்கமா இருக்குனு சொன்னாய். நான் ஊரிலே இல்ல அவளோதான் பாயினு சொல்லிட்டு போய்யிட்டாய்.

நான் என்ன பண்ணுவேன் என்மேல உள்ள அன்புள்ள கால் பண்ணிடானுங்க போல. எனக்கு ரொம்ம கஷ்டமா இருந்துச்சு கண்ணு கலங்கிய படி உறக்கம் இல்லாமலே உறங்கினேன். நீ எதுனால என்ன நம்பலைனு எனக்கு தெரியவே இல்லையேடி. நான் என்ன செய்வேன் அன்பே உன்கூட சேருவதற்கு.

நான் வந்து ஆறு, ஏழு நாளாச்சு ஆனா நான் உன்ன பார்க்கனும் நினைச்சேனே தவிர உன்ன தொந்தரவு பண்ணுங்குற எண்ணம் துளிக்கூட எனக்கு இருந்தது இல்லை ரங்கம்மாள். நான் வந்தது உனக்கு தெரியும்.

உனக்காக நிக்கிறதும் உனக்கு தெரியும், ஆனால் மத்தவங்களுக்கு கொடுக்குற முக்கியத்துவம் கொஞ்ச கூட எனக்கு கொடுக்க வேண்டும் என்று உனக்கு தோன்றவில்லையா அன்பே!

இருக்கும் போது பேசும் போது வந்த அன்பும் வார்த்தையும் எல்லாமே உண்மை தானே ரங்கம்மாள். அப்புறம் ஏன் என் வலி உனக்கு புரிய மாட்டேங்கிறது. உன் அன்பு அவ்வளவு தானா ?இல்லை அன்பை விட உன் ஈகோ உனக்கு முக்கியமா போய்விட்டதா.

பரவாயில்லை எனக்கு எல்லாத்தையும் விட எனக்கு நீ தான் முக்கியம் ரங்கம்மாள். இங்க இந்த மாறி ரோட்டில் யாருமே இல்லாமல் யாரும் யாருக்காவும் நிக்கமாட்டாங்க. ஆனால் நான் நின்னும் உனக்கு புரியவில்லை. எனக்கு தெரியும் உன்னால என்ன மறக்கவும் முடியாது வெறுக்கவும் முடியாதுனு.

ஆனால் இந்த இரண்டும் இல்லாத மாறி நடிக்க தெரியுமுனு எனக்கு நல்லாவே தெரியும் ரங்கம்மாள் . நீ நடி இன்னும் நடிச்சிக்கிட்டு இரு உன் நடிப்புக்கு ரசிகன் ஆவேனே தவிர உன்ன புறக்கணிச்சுட்டு போயிற மாட்டேன்.

நீ இங்கில்லைனு ப்ரண்டு மூலமாக சொன்னாய். ஆனாலும் என். மனம் நீ இங்க தான் இருக்கேனு சொல்கிறது. நீ ரொம்ம பொய் சொல்லுற. என் மனசுல அதே காதல் அன்பு இன்னும் இருக்கணுமுனு நினைக்கிறேன் . உன் பொய்யினால உன் அலட்சியத்தினால அதை இழந்துவிடக்கூடாதுனு நான் எல்லாத்தையும் இழந்துட்டு இருக்கேன். நான் உன்ன வெறுத்துடுவேனு பயமா இருக்கு ரங்கம்மாள் .

என்ன ஆனாலும் நீயே என்ன வேண்டானு சொன்னாலும் என் நிழல்கூட உன்ன விட்டு விலகாது. எந்த ஒரு தொந்தரவு இல்லாமல் உன் கூடவே இருக்கும் என் நிழல் .நான் என்ன தப்பு பண்ணிருந்தாலும் என்னை மன்னிச்சிரு. ஆனால் உன்னை விட்டு போவேனு மட்டும் நினைக்காத. சிலருக்கு உதவி செய்யனும் நான் போறேன். என்ன கஷ்ட படுத்த மாட்டேனு சொன்ன ரொம்ப கஷ்டத்தோட போறேன் ரங்கம்மாள். மித்தரன் எனக்கு போன் பண்ணான் நீ இங்க இல்லை ,ஊருக்கு போயிட்டனு மதியை வீட்டுக்கு போக சொல்லுனு சொன்னதை அவன் என்னிடம் சொன்னான். எனக்கு தெரியும் ரங்கம்மாள் நான் இப்படி சுத்துறது உனக்கு கஷ்டமாக இருக்கிறனால தான் அவனிடம் பேசி என்னிடம் சொல்ல சொன்னாய் என்று தெரியும் ரங்கம்மாள். நான் என் ஊருக்கு போறேன் என்று கிளம்பிவிட்டேன்.

மறந்துவிட்டேன்!மறந்து விடு!என்கிறாய்.
எல்லோரும் அவள் தான் உன்னை மறந்து விட்டாளே நீ ஏன் இன்னும் நினைவில் வைத்திருக்கிறாய். நீயும் அவளை மறந்துவிடு!என்கிறார்கள்.
சொல் எதை நீ மறந்தாய்? அதை நான் மறக்க,

மறந்துவிட்டேன் என்று சொல்லி தினமும் நினைத்துக்கொண்டு இருக்கிறாயே, அதையா நான் மறக்க.

பல வேடங்களை கொண்டு நபர்களை ஏமாற்றலாம் ! நான் மறந்துவிட்டேன் என்று. ஆனால் ஒருநாளும் ஒரு பொழுதும் கண்ணாடியை ஏமாற்ற முடியாது. அது என்ன வேடம் போட்டாலும் உன்னையை உனக்குள் காட்டிவிடும்.

நான் என் செய்வேன் அன்பே!
பெரிதும் பழக்கம் இல்லை, உன்னை தவிர எம் மனம் எந்த ஒரு விஷயத்திற்கு அடிமையாகி. ஆனால் அடிமை படுத்திக்க முயல்கின்றேன். என் அருகில் நீ இல்லை என்று அறிந்ததும். உயிரே நீ சொல் நான் எதுக்கு அடிமையாக? எதுக்குள் அடிமையாக? எங்கு, சென்றாலும் எல்லாம் எளிமையாக அடிமைப்படுத்துகிறது அத்துனை பிம்பத்திலும் உன் நினைவுகள் நிரம்பி வழிகிறதால். நான் அறிவேன் என் மனம் உன்னை தவிர வேறெதுக்கும் அடிமையாகாது என்று? ஏன் எந்த ஒரு தொடர்பு இல்லாத பொழுதிலும் அத்துனை நிமிட நொடி முழுவதிலும் உன்னை தவிர வேற எந்த காட்சியும் பதிய மறுக்கிறது என்பதை நான் அறிவேன் வலிக்கிறது ஏன் என்று தெரியவில்லை!!

காதல் பிரிவினால் எல்லோரும் போதைக்கு அடிமையாகி வாழ்க்கையை அழித்துக்கொண்டிருந்தனர்.
எல்லோரும் என்னிடத்திலும் கேட்டார்கள். எவ்வாறு பிரிவை தாங்குகின்றாய். பிரிவை மறக்க ஏதாவது தீயப்பழக்கத்தை பழகிக்கொண்டாயா என்று கேட்டார்கள்.

ரங்கம்மாளை மறக்க செய்யும் எந்த பொருட்களையும் நான் நெருங்குவதில்லை. ரங்கம்மாள் என்னை மறந்தாலும் நான் ரங்கம்மாளை மறக்காத வரம் வேண்டும். என் மனதில் நீ வாழ்ந்த தடையங்களை மதுக்கொண்டு புகை கொண்டு எவ்வாறு அழிப்பேன். அசுத்தம் செய்வேன் பேரழகே!

உன் பிரிவில் நான் வாடும் பொழுதெல்லாம் மரம் நடுவேன். உன்னை நினைத்து சந்தோஷப்படும் பொழுதெல்லாம் மரம் நடுவேன். உன்னை நினைக்கும் பொழுதெல்லாம் மரம் நடுவேன்.உன்னை மறந்திட கூடாது என்பதற்காகவே அதற்கு நட்ட மரத்திற்கு எல்லாம் தண்ணீர் இடுவேன்.தினந்தோறும் உன்னை நினைத்து கொண்டே இருப்பேன். உன்

நினைவுகளையும், என் அன்பையும் போலவே மரங்களும் வளர்ந்துக் கொண்டே இருக்கிறது அவளின் இப்படி தான் ஒவ்வொரு மரமும் உன் நினைவால் ஒரு வனமானது. ரங்கம்மாள் வனம் என்று பெயரும் பெற்றது.

காதலர்களே காதல் பிரிந்தால் மதுக்கு அடிமை ஆகாதீர்கள். உயிரை விட்டு பிரிய எண்ணாதீர்கள். மாறாக மரம் நடுங்கள். உங்கள் காதலியை நினைக்கும் போது, வெறுக்கும் போது, மறக்க முடியாமல் தவிக்கும் போது, அவர்களின் மீது அன்பு செலுத்தும் போது, அன்பு செலுத்த வாய்ப்பு கிடைக்காமல் போகும் போது, சண்டை போடும் போது, சமாதானம் ஆகும் போதெல்லாம் மரம் நடுங்கள். அதற்கு தண்ணீர் இடுங்கள். உன் காதல் அனைத்தும் அந்த மரங்கள் பேசும், அது வளரும், நிழல் தரும், உன் காலத்தையும் தாண்டி உன் காதலை உலகறியச் செய்யும்.அன்பானவர்களின் நினைவுகளை போலவே அது அரோக்கியமாக வளர்ந்திருக்கும்.உங்கள் காதல் நிலைத்திருக்கும்.

காதலர்களே யாராவது மதுவுக்கு அடிமையாகி இருந்திருந்தால் அதனை இன்றே கைவிடுங்கள். இன்றில் இருந்து மரங்கள் நடுங்கள்,மரங்கள் நட கற்றுக்கொடுங்கள். ஏன் நினைவுகளை மறக்க நினைக்குறீங்க,நல்ல நினைவுகளை மரங்களை போலவே வளர்த்து கொள்ளுங்கள். காதல் இருக்கும் வரை மரங்கள் இருக்கும் என்று உறுதிகொள்ளுங்கள். காதலால் மரங்கள் வாழட்டும்.

ரங்கம்மாள் நீ மித்தரனிடம் சொன்னதாய் என்னிடம் சொன்னான். என்னிடம் என்ன இருக்கு என்று. வெறும் காதல் மட்டும் போதுமா. காதலுக்கு இரண்டு நபர் போதும் ஆனால் வாழ்க்கைக்கு இரண்டு நபர் மட்டும் போதுமா என்று.

உனக்கு ஒன்னு நியாபகம் இருக்கா ரங்கம்மாள். ஒரு தடவை கல்லூரியில் உன் தோழி எழிற்குழலிக்கு கல்லூரி கட்டணம் கட்ட பணம் இல்லாமல் உன்னிடம் கேட்டாள். நீ இல்லை என்று சொன்னாய்.

பிறகு எழிற்குழலி மதியிடம் கேள் ரங்கம்மாள் என்று உன்னிடம் சொன்னாள். நீயோ சரி என்று என்னிடம் என் தோழி எழிற்குழலிக்கு கல்லூரி கட்டணம் கட்ட பணம் இல்லாததால் அவளை கல்லூரிக்கு வர வேண்டாம் என்று

சார் சொல்லிட்டாங்க மதி. அவள் என்னிடம் உதவி கேட்டாள் நான் இல்லையென்றேன்.உன்னிடம் கேட்க சொன்னாள் அதான் உன்னிடம் கேட்கின்றேன் எழிற்குழலிக்கு உதவி செய்ய முடியுமா என்று கேட்டாய்.

நான் நீ சொன்னதை என்னைக்கு மறுத்திருக்கிறேன். அது மட்டும் அல்லாமல் உன்னிடம் கேட்டு அதை நிறைவேற்ற முடிய வில்லை என்று யாரும் பேசிவிடக்கூடாது என்பதற்காகவே நான் செய்கிறேன் என்றேன். எவ்வளவு பணம் கட்ட வேண்டும் என்று கேட்டேன்.

அதற்கு ரூ. 10,000 என்றாய். உடனே எடுத்துக்கொடுத்தேன் ரங்கம்மாள். உனக்கு நினைவில் உள்ளதா. ஏன் இதை சொல்கிறேன் என்றால் ஒன்னும் இல்லாதவன் என்று சொன்னதாய் என்னிடம் சொன்னார்கள், ஒன்னும் இல்லாதவன் எவனும் கையிலோ இல்லை சொன்ன அடுத்த வினாடியிலோ பணத்தை எடுத்து கொடுக்கமாட்டான். உனக்கு நன்றாகவே தெரியும் ரங்கம்மாள். பிறகு ஏன் இவ்வாறு பேசி உன்னை இழிவுப்படுத்துகிறாய்.

எனக்கு தெரியும் ரங்கம்மாள் நீ ஏன் இப்போ இப்படியெல்லாம் பண்ணுறேனு எனக்கு தெரியும். என்னை உன்னால மறக்க முடியாதுனு தெரியும். நீ அடிக்கடி உன் அப்பா அம்மா பற்றி சொல்லுவாய். பயமா இருக்கு கஷ்டப்படுத்த முடியாது எப்படி சமாளிக்க போறேனு, சொல்லி சொல்லி புலம்புவாய். எத்தனை பேருக்கு கிடைக்கும் இப்படி தந்தை தாய் மீது பாசம் கொண்டுள்ள பெண்ணெல்லாம். இதனால் தான் ரங்கம்மாள் உன்ன ரொம்ப பிடிக்க ஆரம்பித்தது. மூன்று வருடம் பழகிய உன்னை பிரியவே எவ்வளவு வேதனையாக இருக்கிறது. 22 வருடமாக உன்னை வளர்த்தவர்களுங்கும் வேதனையாக தான் இருக்கும். அதனை நான் இப்போதும் உணர்ந்துக்கொண்டு தான் இருக்கிறேன்.

எனக்கு உன்னை குடும்பத்தை விட்டு பிரிக்கும் எண்ணம் இதுவரை இருந்ததில்லை ரங்கம்மாள். உன் குடும்ப நபர்களை அசிங்க படுத்தி விட்டு நான் வாழும் வாழ்க்கை தேவை இல்லை ரங்கம்மா.நீ உன் குடும்பங்களை பற்றி யோசித்த நீ கொஞ்சம் என்னையும் பற்றி யோசிச்சுருக்காலம். நம்ப காதலுக்காகவாது

போராடிருக்கலாம்.இப்படி பொறுமை இழந்து என்னையும் இழக்க நீ முடிவு செய்தது நியாயமா? ரங்கம்மா.

நீங்க யாரையாச்சும்
லவ் பண்ணிருக்கீங்களா?

அவங்கள பார்த்தப்போ
நீங்க தொலைந்து அவங்ககிட்ட தொலைஞ்சு போயிருக்கீங்களா?

பேச நினைக்கும் போது
பேச முடியாம பேசாம தூரத்துல இருந்தே பார்த்துட்டு மட்டும் இருந்திடாலாமுனு இருந்திருங்கீங்களா?

அப்படி பார்த்துக்கிட்டே இருக்கும் போது உங்களுக்கே தெரியாம நீங்க லவ் பண்ணுறது அந்த பொண்ணுக்கு தெரிஞ்சு மாட்டிருக்கீங்களா?

லவ் பண்ணுறது தெரிஞ்சும், உங்கள பத்தி தப்பா சொல்லியும், அவங்க தோழிக்கு தெரியாம உங்களிடம் பேசிருக்காங்களா?

அப்படி பேசிக்கிட்டு இருக்கும் போது அவங்களுக்கே தெரியாம உங்களிடம் கலந்து காதல் வயப்பட்டிருக்கீறார்களா?

அந்த காதல மறைக்க உங்ககிட்ட அடிக்கடி சண்டைப்போட்டுருக்காங்களா?

ஆழ்கடலுக்கு தான் அணைக்கட்ட முடியுமா? முதல் கட்ட சந்திப்பில்லே நட்புறவு நாடகம் மறைந்து மனதாலும், உடலாலும் கலந்து கரைந்த உறவு உதயமானதை பார்த்துருக்கீங்களா?

அவங்களுக்காக சண்டை போட்டுறீக்கீங்களா?

அவங்களுக்காக பேசிருக்கீங்களா?
அவங்களுக்காக வாழ்ந்துருங்கீங்களா?
அவங்களுக்காக பார்த்து பார்த்து செஞ்சுறீக்கீங்களா?
அவங்க தான் வாழ்க்கையினு இருந்துருக்கீங்களா?

அவங்க புரியாம சண்டை போடும் போது புரிஞ்சுக்கிட்டு அவங்களுக்காக இருந்துருக்கீங்களா?

அவங்களுக்கு எதிர்பார்க்காத அளவுக்கு பரிசு கொடுத்துருக்கீங்களா?

ஒரே இடத்துல, பக்கத்து பக்கதுல ஒன்ன உக்காந்து கதை பேசிருக்கீங்களா?

மூச்சுக்கு மூச்சு திணறல் வரும் படி இதழ்வரியை பதித்து படித்திருக்கீங்களா?

நீயின்றி நான் இல்லை என்றவர்கள் நீ வேண்டாம் என்று தூக்கி எறிந்து செல்வதை பார்த்துருக்கீங்களா?

அப்படி தூக்கி எறிந்தும், தொலைவில் தானே சென்றாய், என் நினைவை விட்டு இன்னும் செல்லவில்லை என்று தொடர்ந்து காதல் செய்துறீக்கீங்களா?

வெறுத்தாலும் விரும்பிருக்கீங்களா?
மறந்தாலும் நினைச்சுருக்கீங்களா?
பிரிந்தாலும் நினைவில் சேர்ந்திருக்கீன்றீர்களா?

ரங்கம்மாள்
நமக்குள்ள இருந்தது அழகான காதல். சுகமான காயங்கள். அழியா நினைவுகள்.
அந்த காதல் காற்றோட பயணம் செய்துக்கொண்டு தான் இருக்கிறது. நீ இருக்கும் திசைகளை நோக்கி.....

எல்லாரு வாழ்க்கையில அந்த காற்று அடிச்சுருக்கும். காதல் தென்றல் வீசிருக்கும். எனக்கும் என்பக்கமும் அந்த காதல் தென்றல் அடிச்சு,என்னை அதுல மிதக்க வைச்சுச்சு. அதுவே என் மூச்சு காற்றாச்சு.

கல்லூரி கோவில் ஆனாது. பேருந்து தெய்வமானது. அவள் தேவதையானாள். நானோ அவளின் பக்தனானேன். எல்லா நாட்களிலும் தரிசனமே என் முன்னால் அவள் இருக்கும் போதெல்லாம்.

சில நேரங்களில் நேரங்கள் நண்பன் ஆவான். சில நேரங்களில் நேரங்கள் எதிரியவான்.என்முன் தோன்றும் போதிலும் அவள் மறையும் போதிலும் .

முகத்தை பார்த்து பேசவே என்னை தினறடிக்கவைத்தவள். தினறும் போதிலும் கேலி செய்து எனை அரவணைத்தவள்.

தொலை தூரம் எனை பயணம் செய்ய வைத்தவள்.பயணதில் தொடர்ந்து அருகில் பயணம் செய்தவள். சில சமயம் எனை தொலைந்து போக செய்தவள்.

முத்தத்தால் எனை மூச்சடைக்க வைத்தவள். எச்சிலை உண்டு உயிர்வாழ கற்று தந்தவள். அவள் எச்சிலை வைத்தே அவள் உடல் ஆரோக்கியத்தை பற்றி அறிய வைத்தவள். எனை மருத்துவராக்கியவள் அவளுக்கு மட்டும் மருந்தாக்கியவள்.

அவளுக்குள்ளே செத்து பிழைத்தேன் ஒவ்வொரு நொடியிலும். காதலியுங்கள் விரும்பிய போதிலும் அவள் வெறுத்த போதிலும் விலகிய போதிலும் காதலியுங்கள். வானிலை ஒன்றும் இல்லை அன்பு அடிக்கடி மாறுவதற்கு. அன்பு ஒருஆகாயம் .அது எத்தனை இடி மழை மின்னல் வந்தாலும் தாங்கி கொண்டு நிலையாய் இருக்கும்.

காதல் தென்றால் வந்தால் அள்ளி அணைத்துக்கொள்ளுங்கள். சில சமயம் காற்றாக, சில சமயம் தென்றலாக, சில சமயம் புயலாக வரும் அது எப்படி வந்தாலும் அரவணைத்து அணைத்துக்கொள்ளுங்கள்.

ரங்கம்மாள், அவளை தவிர இங்க யாரும் அவ்ளோ அழகில்லை. நல்லா சிரிச்சிக்கிட்டே இருப்பா, சிரிப்பா இருக்கும் நல்ல மோட்டர் பைக் சத்தம் மாறி. நல்லா நடப்பா வாத்து மாறி. கையை பிடிச்சுக்கிட்டே நடப்பேன், நல்லா இருக்கும் .அவளுக்கு தூரத்துல இருந்து பார்த்தா கண்ணு தெரியாது, தப்பு தப்பா என்னிடம் சொல்லி மாட்டிப்பா, ஆனால் நல்லா சமாளிப்பா. அவ சமாளிக்கும் போது நல்லா இருக்கும்.பொய் நிறையா சொல்லுவா, அதை நம்பி தான் ஆகனும்,அப்படி நம்பலையினா பயங்கரமா சண்டைப்போடுவா. அவ குட்டையா அழகா இருப்பா. அவ

தலைமுடிக்கூட அவள மாறியே அவளோ அழகா இருக்கும்,அவக்கிட்ட நான் சொல்லிட்டே இருப்பேன்.

பிரியாணினா அவளுக்கு ரொம்ம பிடிக்கும் ,யாருக்கும் சேர் பண்ண மாட்டா,அது நானா இருந்தாலும் சரி கொடுக்கவே மாட்டாள். சாப்பிடுற பொருள் எதை பார்த்தாலும் வாங்க சொல்லுவா, ஆனால் அது முழுசா சாப்பிடுற பழகமே அவளுக்கு இருந்தது இல்லை. நிறையா சண்டை போடுவா, எவ்வளவு தான் சண்டை போட்டாலும் உடனே பேசி சேர்ந்திடுவா.

அழகா டிரஸ் போடுவா,புது புது டிரஸ் கலெஷன் எல்லாம் அவளிடம் தான் இருக்கும். புரிஞ்சுக்கவே மாட்டா, ஆனால் புரிஞ்ச மாறி நடிப்பா, நிறையா முத்தம் கொடுத்துருக்கா. நாங்க ஒன்னா இருக்கும் போதெல்லாம் அவ மூச்சு காற்றின் வெப்பத்திலே குளிர் காய்ந்திருக்கிறேன். அவ பாதத்திலே வாழ்ந்திருக்கேன்.

அவளுக்கு என்ன ரொம்ம பிடிக்கும். அவங்க குடும்பத்தையும் அவளுக்கு ரொம்ம பிடிக்கும். இப்போ குடும்பமா நானா னு வரும் போது தான் அவ ரொம்ம கஷ்டப்பட்டா. அவங்க குடும்பத்தை கஷ்டப்படுத்த முடியாதுனு என்ன கஷ்டப்படுத்திட்டு வேணானு சொல்லிட்டு போய்யிட்டா. எனக்கு இன்னும் அவங்க அம்மா அப்பா வை ரொம்ம பிடிக்கும் இவளோ அழகான பாசமான பொண்ண பெத்ததற்கு.அதே அளவு உங்க அப்பா அம்மா மேல கோவம் எனக்கு அவங்கனால என்னை வேணானு சொன்னதற்கு.

குடும்பத்தையும் கஷ்டப்படுத்தாமல் என்னையும் கஷ்டப்படுத்தாமல் காதலுக்காக போராட முயற்சி செய்திருக்கலாம்.

உனக்கு நியாபகம் இருக்கா. உனக்கு முதலில் என்னை பிடிச்சதுக்கு காரணமே நான் கவிதை எழுதுறது, உதவி செய்றது,ஜாலியா இருக்குறது.இதெல்லாம் தான் என்னை பிடிச்சதுனு அடிக்கடி சொல்லுவாய். அது அப்படியே காலப்போக்கில் நீ எழுதுறது, உதவி செய்யுறது, சுத்திட்டு இருக்குறது இதெல்லாம் சல்லி காசுக்கு புரோஜனம் இல்லைனு உதாசீனம் படுத்த ஆரம்பித்தாய்.

வேடிக்கையை பார்த்தாயா அதே எழுத்து தான் இப்போ உன்ன இந்த உலகத்திற்கு அறிமுகம் செய்கிறது. விட்டு இருக்குறதுக்கும் விலகி இருக்குறதுக்கும் நிறையா வித்தியாசம் இருக்கு ரங்கம்மாள். உன்னால என்னை மறக்கவே முடியாதுனு எனக்கு தெரியும். எனக்கு அதுவே போதும். என்னால உன்ன கஷ்ட படுத்த முடியாது மதினு அடிக்கடி சொல்லுவ, இப்போ நான் சொல்லுறேன் என்னால உனக்கு எந்த கஷ்டமும் வராது வரவும் விடமாட்டேன் ரங்கம்மாள். நீ என்னிடம் சொன்னதை தான் நிறைவேற்ற முடியவில்லை. நானாவது சொன்னதை நிறைவேற்ற முயற்சி செய்கிறேன். நல்லா இரு. என் மனதில் நான் வாழும் வரை வாழ்வாய். என்றும் காதலோடு வாழ். உனக்கு நான் இருக்கேன். I will be there.. உனக்காக நான் எப்போதும் காத்திட்டு இருப்பேன் ரங்கம்மாள். நீ இல்லாத ஒரு நிமிஷம் கூட இங்கு இல்லை. அப்போ இருந்து இப்போ வரை ஒவ்வொரு நிமிஷமும் நீ தான்.

நிகழ்காலத்தில் நிகழ்ந்த நினைவுகள் எல்லாம் தொடர்கதையாய், தொடர்வண்டியாய் தொடர்ந்து கொண்டே இருக்கும்.

செல்லாமை உண்டேல் எனக்குரை மற்றுநின்
வல்வரவு வாழ்வார்க் குரை.
குறள்:1151

எல்லாம் முடிஞ்சு போச்சுனு பார்த்தா அங்கிருந்து திடீரென.............

☜☆☞தொடரும் ☜☆☞
மதியின் ரங்கம்மாளின் காதல் முடிவை பற்றி அடுத்த தொடரில் பார்ப்போம்.

✍மலை. மதிதேவன்

மதியின் ரங்கம்மாள்

மதியின் ரங்கம்மாள்